आपल्या स्नेहीजनांना पुस्तके भेट द्या

आणि विक्रमादित्य हरला!

स्वाती चांदोरकर

AA000965

मेहता पब्लिशिंग हाऊस

ANI VIKRAMADITYA HARLA! by SWATI CHANDORKAR

आणि विक्रमादित्य हरला! : स्वाती चांदोरकर / कथासंग्रह

© स्वाती चांदोरकर

बी २, ओम पुष्पांजली सोसायटी, वीरा देसाई रोड,
अंधेरी (पश्चिम), मुंबई - ४०००५८.

प्रकाशक : सुनील अनिल मेहता, मेहता पब्लिशिंग हाऊस,
१९४१, सदाशिव पेठ, माडीवाले कॉलनी, पुणे - ४११०३०.

अक्षरजुळणी : स्वाती इंटरप्रायझेस, पुणे - ९.

मुखपृष्ठ : चंद्रमोहन कुलकर्णी

प्रथमावृत्ती : ४ नोव्हेंबर, २०१३

ISBN 978-81-8498-521-4

प्रिय सुहासदादा,

हा वेताळ आणि राजा तुला सादर करते. कारण ह्या कथांचे जनक, राजा विक्रमादित्य आणि वेताळ आपण दोघांनी लहानपणी एकत्र अनुभवला.

अशा संकल्पनांना वय नसतं. आणि काही काही गोष्टी वय कितीही वाढलं तरी आपल्याला चिरतरुण ठेवतात.

तू असाच कायम तरुण आहेस.

तुझा उत्साह,

तुझी रसिकता,

तुझ्या कला!

ह्या तुझ्यातल्या तरुणाला माझे विक्रमादित्य-वेताळ अर्पण

– स्वाती चांदोरकर

मनोगत

काही काही गोष्टींशी एकदा नातं जुळलं की ते कायमचंच जुळतं. आयुष्याच्या कुठल्याही वयात त्या गोष्टी भुरळ पाडतात आणि ह्या भुरळ पाडणाऱ्या गोष्टी तशा कॉमन असतात. फुलपाखरू, मोराचा पिसारा, रातराणीचा सुगंध, केवड्याचं किंचित काटेरी पान, चंद्र, खळाळणारा समुद्र, सूर्यास्ताच्या वेळचा आकाशाचा रंग, इंद्रधनुष्य – अशी लांबलचक न संपणारी यादी. परीकथा, इसापनीती, चांदोबा – हो, चांदोबा! आजही ताजा वाटणारा! ह्या चांदोबाला तशा त्या 'चांदोबा'सारख्या कला नाहीत, ह्या चांदोबाला कधी ग्रहणही लागलं नाही. हा चांदोबा पौर्णिमेचाच राहिला. ह्याच्यात इतर अनेक कला सामावल्या. त्यातलीच एक कला, 'राजा विक्रमादित्य आणि वेताळ!'

आज ह्या राजा विक्रमादित्य आणि वेताळाला मला माझ्या नजरेने बघावसं वाटलं. ही फॅन्टसी नाही. कारण माझ्या मनात, विचारांतून राजा विक्रमादित्य आणि वेताळ कायमचेच मुक्कामाला आले. तो काळ आणि आजचा काळ! त्या काळातल्या घटना-गोष्टी आणि आजच्या काळातल्या घटना-गोष्टी ह्यांत तफावत आहे. ह्या आजच्या गोष्टींवर काही उत्तरं आहेत का? असा सहज प्रश्न निर्माण झाला. प्रश्नांना उत्तरं देणारा राजा आठवला. आज जर तो खरोखरच असता तर त्याने काय उत्तरं दिली असती? वेताळाने त्याला कसे प्रश्न विचारले असते?

गोष्ट ऐकताना, वय लहान की मोठ, असा प्रश्न उद्भवत नाही. या गोष्टींचं स्वरूप बदललं नाहीये. पण ती सांगण्यासाठी आता अनेक मार्ग उपलब्ध झाले आहेत. तरीही आपला जुना अंगवळणी पडलेला मार्ग मला खुणावत राहिला.

आणि ह्या कथांना वेताळाचा आवाज आणि विक्रमादित्याची नित्याची खोड असावी हे प्रकर्षाने वाटलं.

म्हणून चांदोबातल्या राजा विक्रमादित्य आणि वेताळ ही मूळ संकल्पना असणाऱ्या लेखक-संपादकांची मी परवानगी मागते आणि आजच्या ह्या माझ्या मनातल्या अपूर्व जोडीला सादर करते.

आभारी आहे.

स्वाती चांदोरकर

अनुक्रमणिका

दिवसा-उजेडीही मिट्ट काळोख असणारं घनदाट अरण्य! सूर्याचा छोटासा किरणही जिथे आतपर्यंत पोहोचू शकत नाही असं अरण्य. कैक हिंस्र प्राणी या अरण्यात वास्तव्याला असत. मोठे – देहाने मोठे असणारे प्राणी लहान प्राण्यांना मारून स्वत:ची गुजराण करत असत. ज्याला या अरण्याची खडान्‌खडा माहिती असेल त्याच मनुष्यप्राण्याने त्यात शिरकाव करण्याचं धाडस करावं. अन्यथा तो मनुष्य सहीसलामत असणं, त्याचं जगणं कठीणच; अशक्यप्राय म्हटलं तरी चालेल. आणि अशा या अरण्यात धडाडीच्या राजा विक्रमादित्याने प्रवेश केला. हातात नंगी तलवार, अंगात अंगरखा, खाली सुरवार आणि पायांत मोजड्या. कंबरेवर बांधलेला शेला आणि त्यात खोवलेला बिचवा. मानेवर रुळणारे घुंगरूदार केस, कपाळावर उभं गंध आणि लफ्फेदार मिशा, कानात भिकबाळी, राजहंसी, आत्मविश्वास दर्शवणारी चाल. मौन धरलेलं आणि पाणीदार, पण करारी डोळे झाडावर लटकणाऱ्या प्रेताकडे लागलेले. हां हां म्हणता त्याच्या धष्टपुष्ट बाहूंनी ते प्रेत लीलया खांद्यावर घेतलं आणि त्याची पावलं स्मशानवाट चालू लागली.

'आजही तुझं हे मौन सोडायला तुला मी भाग पाडणार,' प्रेतातल्या वेताळाने त्याचा आत्मविश्वास बोलून दाखवला.

'मी नुकताच आलो परत. हे जे अरण्य आहे ना, ह्या अरण्याच्या दुसऱ्या – विरुद्ध दिशेने एक मार्ग जातो. खरंतर हा मार्ग म्हणजे हे अरण्य तोडून मानवाने निर्माण केलेला मार्ग आहे. हजारो झाडं, वृक्षं, वेली यांची मानवाने स्वहितासाठी कत्तल केली. ह्या मार्गावरून आता लाखो-करोडो वाहनं जा-ये करतात आणि आजूबाजूचा परिसर दूषित करतात.

'निसर्गरम्य मार्ग म्हणून मानवाला त्याचा मोह आहे. सुसाट, वाऱ्यालाही मागे सारेल असा वेग आणि त्या वाहनांचा रों-रों ध्वनी. मी गेलो होतो आज असाच बऱ्याच दिवसांनी – माणसं बघावीशी वाटत होती म्हणून. कितीही झालं, अगदी मारे या अरण्यात राहत असलो तरी मी मूळचा माणूसच होतो ना!

'अगदी आशेने गेलो. वाहनं तशीच, धावत होती — सुसाट!'

फक्त नरकच

विलासची गाडी सुसाट निघाली होती. अंबोली घाट जवळ येत होता. कोकणातलं त्याचं घर वडिलोपार्जित होतं. आता तो त्या घराचा आणि घराला लागून असलेल्या आंबा, काजू आणि नारळांच्या झाडांचा मालक होता. या एवढ्या अवाढव्य वनराईची काळजी घेणारं कुणीतरी हवं होतं. शिवराम गडी, त्याचं कुटुंब त्याने या कामासाठी नियुक्त केलं, त्यांची राहण्याची सोय केली आणि त्यांच्याशी सौदा ठरवून तो निश्चिंत मनाने मुंबईला यायला निघाला. 'कौमुदिनी घरी वाट बघत असणार. भाग्यश्रीची ॲडमिशन घ्यायची आहे. अंशुमनच्या ॲडमिशनचंही बघायला हवं.' विलास मनाशीच म्हणाला. 'चुकीच्या दिवशी आलो इथे. घरात इतकी कामं असताना बाहेर पडलो.' पण गावी जाणंही अत्यावश्यक असल्याचं त्याला माहीत होतं. त्यामुळे शिवरामला गाठून सर्व मार्गी लावायलाच हवं होतं. आंबे नुसते लगडले होते. गेला नसता तर इतकी हजारो फळं चोरा-चिलटांनी पळवली तरी असती, नाहीतर वाया गेली असती. 'काय रसाळ आहे आंबा! वा!'

'हॅलो.'

'अरे कुठे आहेस तू?'

'अगं, निघालोच आहे. तीन-चार तासांत पोहोचेन.'

'येतोयस ना नक्की?'

'आता पोहोचेन म्हणतोय तर तू विचारत्येस नक्की येतोयस ना!'

'तसं नाही रे. पण...'

'अगं येतोय, येतोय. भाग्यश्री कुठे आहे?'

'आहे ना इथेच'

'तिला सांगून ठेव, तिचे पासपोर्टसाइज फोटो लागतील. मार्क शीट्सच्या झेरॉक्स, बर्थ सर्टिफिकिट्सच्या झेरॉक्स, स्कूल लिव्हिंग सर्टिफिकिट्सच्या...'

'झेरॉक्स! सगळा सेट तयार आहे. उद्या सकाळी लवकर जावं लागेल कॉलेजेस्मध्ये.'

'हो, आणि अंशुमन कुठे आहे?'

'गेलाय मित्राकडे. जरा त्याचा पाय घरात टिकत नाही.'

'तू त्याला पाठवायचं नव्हतंस.'

'कुक्कुलं बाळ आहे का तो? आणि ऐकतो का माझं? आत्ता येतो, असं सांगून गेला. त्याला आता चार तास होत आले.'

'मोबाइलवर फोन करून बोलावून घे ताबडतोब. आता लास्ट इयरला आहे, तर त्याने फक्त अभ्यासच करायला हवा.'

'आता आलास की चांगला कान धर त्याचा.'

'हो. धरतो.'

'बघतेय ना मी – लाडावून ठेवलंयस तू त्याला.'

'आता ह्या वयात त्याला काय ओरडणार? असं म्हणतात ना की, बापाचे बूट पोराच्या पायात फिट् बसायला लागले की पोराला मित्र म्हणावं.'

'तुझा मित्र सध्या त्याच्या मित्रांबरोबर कुठे हुंदडतोय ते बघ आधी!'

'मी फोन करतो त्याला, आत्ताच्या आत्ता. मग तर झालं?'

'नको. मीच करते. तू ड्रायव्हिंग करतोयस ना.'

'हेड फोन्स लावलेत.'

'तरीही नको. डायल करताना तुझं रस्त्याकडे दुर्लक्ष होईल.'

'नाही होणार – ओके. तू कर. चल, ठेवू आता फोन?'

'हो.'

विलासचं विचारचक्र सुरू झालं. भाग्यश्रीला आर्किटेक्ट व्हायचं होतं. आर्किटेक्टसाठी 'जे.जे.'सारखं दुसरं कॉलेज नाही. उद्या सकाळी लवकरच बाहेर पडायला हवं. आता तिचं करिअर होण्याच्या दृष्टिकोनातून तिला खरी मेहनत घ्यावी लागणार. पोरगी सिन्सिअर आहे. नक्की मेहनत घेईल. हा अंशुच जरा, जरा नाही, तर जास्तच टारगट आहे. लेकाचा माझ्यापेक्षाही हुशार आहे, पण मस्तीही तितकीच आहे अंगात. मेडिकलचं हे वर्ष हॉस्टेलवर राहायचं म्हणतोय! अशी अचानक हॉस्टेलमध्ये ॲडमिशन मिळणार का? काय एक-एक खूळ येतं ह्याच्या डोक्यात! म्हणे घरी अभ्यास होणार नाही. शिवाय मित्र मित्र एकत्र जागून अभ्यास करू. करतीलही. त्याचा ग्रुप चांगला आहे.

सुरेख निसर्ग! दाट झाडी आणि नागमोडी रस्ता. थंडगार वारं. विलासला प्रसन्न वाटत होतं. ड्राइव्ह करायला आनंद वाटत होता. सुख!

लहान वयात स्वकष्टाने मिळवलेली नोकरी. पुढे अजून घेतलेलं शिक्षण. त्यामुळे मिळालेली बढती. दोन गोजिरवाणी पोरं आणि संसार उत्तम सांभाळणारी सहचरी! अजून काय हवं माणसाला? वडिलांची आनुवंशिक संपत्ती. आजमितीला ही प्रॉपर्टी विकायची ठरवली तर करोडोत सौदा होईल. पण विकायची नाहीच. सांभाळायची. जशी बाबांनी सांभाळली.

वाटेत एक टपरी दिसली म्हणून विलास थांबला. गरमागरम चहा अत्यावश्यक होता. काळया-पांढऱ्या अल्युमिनियमच्या भांड्यात उकळणारं ते तांबडं पाणी! ॲल्युमिनियमचा मोठ्ठा दांडा आणि पुढे गडव्याचा आकार असलेलं भांडं सतत त्या पाण्यात वर-खाली होत होतं. विलासने एक कटिंग मागितल्यावर त्या लाल पाण्यात दूध ओतलं गेलं. पुन्हा दांडा त्या मिश्रणाला ढवळू लागला. काचेच्या छोट्या ग्लासात लालभडक चहा ओतला गेला. क्षणभर विलासला फाइव्ह स्टार हॉटेलमध्ये मिळणारा चहा आठवला. कटवर्क पेपर आच्छादलेला ट्रे, किटली, कपबशी, टी बॅग, साखरेचे क्यूब्ज आणि छोट्या किटलीत असलेलं दूध! विलासला क्षणात या लालभडक चहाकडे बघून कसंतरीच झालं. चहा प्यावा की न प्यावा? तो टपरीच्या बाहेर ठेवलेल्या एका मळक्या प्लास्टिकच्या स्टुलावर बसला. समोरचा डोंगर, ती गर्द झाडी आता अगदी शांतपणे, स्थिरतेने न्याहाळता येत होती. पक्ष्यांचे निरनिराळे आवाज कानी पडत होते. आणि हां हां म्हणता वातावरण बदललं. कुठूनसे अचानक ढग जमून आले आणि टप्पोरे थेंब पडू लागले. विलासने त्याच्या नकळत तो लालभडक चहा ओठांना लावला. त्या कडक चहाने त्याला तरतरी आली. वाटलं, फाइव्ह स्टार हॉटेलमधला चहा, ह्या चहापुढे झक मारतो, त्याने हेड फोन्स काढून ठेवले.

खुशीतच त्याने गाडीला स्टार्टर मारला. काच उघडी ठेवून पावसाचं आत येणारं पाणी तो अंगावर घेत राहिला.

मोबाइल वाजला आणि विलास भानावर आला. त्याचा शर्टाच्या उजवीकडच्या भागातला हात ओला झाला होता. त्याने बटण दाबलं. काच वर सरकत जाऊन खिडकी बंद झाली. एसी ऑन केला. वाजतच रहाणारा मोबाइल त्याने अटेंड केला.

'हॅलो'

'बोल.'

'कुठपर्यंत पोहोचलास?'

'अगं, दर तासातासाने विचारत राहणार आहेस का? येतोय ना मी घरीच?'

'चिडू नकोस. काळजी वाटली म्हणून फोन केला. पाऊस पडतोय इथे.'

'हो. इथेही पडतोय.'

'सावकाश ये, असं सांगायचं होतं.'

'बरं.'

'आणि तू अंशुमनला फोन केलास का?'

'तू करणार होतीस ना? बरं थांब आत्ताच करतो.'

विलासने अंशुमनाला फोन लावला. स्विच्ड् ऑफ! त्याने तीन-चार वेळा ट्राय

केला नंबर, पण प्रत्येक वेळेला तेच उत्तर! विलास जरा चिडलाच. तू जा जिथे तुला जायचंय तिथे, पण फोन ऑन ठेवायला नको? राशीने बिल भरतोय फोनचं, आणि नेमकं जेव्हा मला बोलायचंय तेव्हा फोन बंद! भेटू देच आता तो. खरंच, चांगलंच धारेवर धरतो त्याला.

पोरगी आपली साधी, सरळ. घर-कॉलेज-घर-क्लास – बस्. अगं जा जरा बाहेर मैत्रिणीकडे जा. एखादा पिक्चर बघ त्यांच्याबरोबर! पण नाही. पिक्चर बघायला जायचं तेही आईबरोबर! कमाल आहे.

विचार चालू. ड्रायव्हिंग चालू. पाऊस चालूच. गर्द झाडी मागे पडली. गाडी सुसाट सुटली.

पुन्हा फोन वाजला. आता विलास चिडला.

'हॅलो,'

'अरे मी बोलतेय.'

'काय आहे?'

'अंशुला फोन केलास का?'

'हो.'

'मला कळवलं नाहीस.'

'आता मी ड्राइव्हिंग करू की तुला फोन करत बसू!'

'चुकले. पण काय बोलला तो? कुठे आहे? कधी येणार आहे घरी?'

'फोन लागला नाही.'

'अरे मग...'

'येईल तो – आणि...'

विलासची गाडी समोरून येणाऱ्या मोटर सायकलवर आपटलीच. मोटर सायकलवर असलेले दोघं हवेत उडाले. तर बाइक रस्त्याच्या कडेला असलेल्या झाडावर आदळली.

विलासच्या हातातला फोन घरंगळला. बॉनेट चेपलं गेलं होतं. विलासला दरदरून घाम सुटला. हात-पाय थरथरायला लागले. छातीचे ठोके वाढले. त्याने ब्रेक दाबला मागे वळून बघितलं. विलासच्या पाठोपाठ येणारा ट्रक कसाबसा थांबला होता. ट्रक ड्रायव्हर आणि अजून एक-दोन माणसं त्या दोघांकडे धावली. आणि ट्रकमधून उतरलेली अजून दोन माणसं विलासच्या गाडीच्या दिशेने धावत सुटली. विलासला भीती वाटली आणि त्याने त्याची गाडी सुसाट सोडली. पनवेलला पोचल्यावर तो थांबला. गाडीच्या इंजीनमधून धूर येत होता. खटपट करून त्याने बॉनेट उघडलं. रेडिएटरमधून पाणी गळत होतं. संपलंच होतं जवळजवळ. गाडीच्या

आजूबाजूला लोक जमा झाले. 'क्या हुआ? कैसे हुआ?' सारखे प्रश्न विचारले जाऊ लागले. विलासने कसंबसं सांगितलं –

'पेडपे जा टकराया. रास्ते पे ऑइल पॅच था —'

घरी गाडीसकट कसं पोहोचायचं ह्याची विलासला काळजी लागली. त्या दोन माणसांचं काय झालं असेल या विचाराने त्याला ग्रासलं. पनवेलच्या एका साध्या हॉटेलात तो काही काळ नुसता बसून राहिला. घरी फोन करायला हवा हे त्याला समजत होतं, पण उठून उभं राहणं त्याला शक्य होत नव्हतं. मोबाइल गाडीतच कुठेतरी पडला होता. कौमुदिनीशी बोलत होतो का मी? काय बोलत होतो? फोन चालू होता ॲक्सिडेंट झाला तेव्हा, हो ना? हो. म्हणजे तिला समजलं असणार. ती काळजी करत असेल. विलासने धीर एकवटला. तो हॉटेलबाहेर आला. समोरून त्याला एक ट्रक येताना दिसला. हा तोच तर ट्रक नाही ना? असाच होता का रंग त्या ट्रकचा? वर झिरमिळ्या लावल्या होत्या? अरे, हा तर गाडी बघून थांबला. हाच ट्रक? ट्रक ड्रायव्हर ट्रकमधून खाली उतरला आणि हॉटेलच्या दिशेने चालू लागला. विलासने तोंड फिरवलं. तो ड्रायव्हर अगदी त्याच्या बाजूला येऊन उभा राहिला. आता हा काय करणार? माझी गचांडी पकडणार? पोलिसांना बोलावणार? या इथल्या लोकांना खरा प्रसंग काय घडलाय ते सांगणार? नाही. मला इथून निघालंच पाहिजे. विलास तेथून बाहेर पडला. त्याने मागे वळून बघितलं आणि त्याला हायसं वाटलं. ट्रक ड्रायव्हर विलास जिथे उभा होता. तिथेच मागे लागून असलेल्या पानपट्टीच्या खोक्यातल्या दुकानवाल्याकडून काही विकत घेत होता. विलासने नि:श्वास सोडला. मग न घाबरता तो त्या ट्रक ड्रायव्हरकडे गेला, काहीसा विचार करून त्याला म्हणाला,

'अरे भाईजी, कहाँ जा रहे हो?'

'बंबई.'

'मुझे मदत चाहिये, करोगे?'

'बोलो.'

'मेरी कारका ॲक्सिडेंट हुवा है बंबई तक रस्सीसे टो करना है. ले चलोगे?'

'पैसा कितना मिलेगा?'

'आप बोलो.'

'तीन हजार लेगा! लेकिन टोलपे कुछ लफडा हुवा तो तुम संभालना.'

'ठीक है!'

विलासला तीन हजार खूप जास्त वाटले, पण वाद घालण्यात अर्थ नव्हता. ट्रक ड्रायव्हर मनातल्या मनात म्हणाला. 'साला, गलती किया, पाच हजारभी मांगता तो मिलता.' घर गाठायला रात्रीचे दहा वाजले. विलासचा अवतार बघून

कौमुदिनी घाबरली.

'अरे काय झालं? तू असा का दिसतो आहेस? आणि किती हा उशीर? फोनही उचलला नाहीस. तुम्ही दोघं बापबेटे सारखेच!'

'मला आधी बसू दे. पाणी दे.'

'तू इतका घाबरलेला का दिसतो आहेस?'

'पाणी दे अगोदर – मुलं कुठं आहेत?'

'हं – पाणी – अरे सावकाश पी. ठसका लागेल ना!'

'मुलं?'

'भाग्यश्री आहे तिच्या खोलीत. वाचत्ये काहीतरी आणि...'

'आणि काय?'

'अंशुमन यायचाय अजून. बरं तू म्हणजे, आपण जेव्हा बोलत होतो – मधेच फोन...'

'अगं पडला हातातून.'

'तेच म्हणते मी. अरे ड्रायव्हिंग करताना फोनवर बोलू नये.'

'वा! तूच हे सांग आता मला. दहा वेळा फोन करत होतीस. कसली एवढी घाई झाली होती तुला? सारखा फोन, सारखा फोन.'

'काळजी वाटत होती म्हणून... आणि तसा तर तू सारखाच फोनवर बोलत असतोसच ना? इथे चुकून आपण कुठे जरा फिरायला कधी जावं, तरी तुझे आपले फोनच चालू असतात. त्या दिवशी म्हणूनच मी चिडले होते – तुला सांगितलंही की, यापुढे मी तुझ्याबरोबर बाहेर येणार नाही! आठवतंय?'

'अगं पण इथल्या इथे म्हणजे शहरात – गर्दीत ट्रॅफिकमध्ये बोलणं वेगळं आणि हायवेवर असताना बोलणं वेगळं. किती वेळा फोन करत होतीस.'

'अरे मग उचलायचा नव्हतास. तो गधडा कुठे गेलाय – फोन उचलणं तर नाहीच नाही. पण नंतर तर सरळ बंद करून टाकलाय फोन. हे तुला नाही सांगणार तर कुणाला? अजून आला नाहीये.'

'काय? अजून आला नाहीये?'

'मग, सांगत्ये काय? काय अवस्था झाल्ये माझी काळजीने. त्यात तूही तसाच.'

विलास अडखळला. त्याला खरंतर कौमुदिनीशी भडाभडा बोलायचं होतं. तेवढ्यात फोन वाजला. भाग्यश्रीने आतल्या कनेक्शनवरून फोन घेतला आणि धावतच बाहेर आली. 'बाबा-आई' म्हणून मोठ्यांदी हाक मारली. दोघं दचकले.

'काय झालं गं?'

'फोन घे, फोन घे ना गं इथून. एक बाई काहीतरी बोलत्ये फोनवर. घे!'

'हॅलो.'

'हॅलो, तुम्ही मिसेस दळवी का?'

'हो. तुम्ही कोण?'

'मी पनवेल हॉस्पिटलमधून बोलत्ये.'

'हां. सांगा.'

'मी मिसेस पांचाळ. विराजची आई. विराज म्हणजे – '

'हो, हो. मी विराजला ओळखते ना. अंशुमनचा मित्र. आमच्याकडे नेहमी येतो.'

'हो. तुम्ही लगेचच पनवेल हॉस्पिटल, ॲक्सिडेंट वॉर्ड मधे या.'

'का? काय झालंय विराजला?'

'ॲक्सिडेंट. लवकर या.'

'हो येते.'

'आणि...'

'हं, बोला ना.'

'अंशुमनही आहे इथेच – '

'तरीच त्याचा फोन लागत नाहीये. विराजसाठी...'

'नाही – '

'पण ॲक्सिडेंट झाला कधी?'

'तुम्ही या. सविस्तर सांगते मग. डॉक्टर बोलावताहेत मला.'

'हो – अंशुमनला देता का फोन?'

'तोही ॲडमिट आहे.'

'काऽऽय?'

'या लवकर'

'निघालेच, पण कसा आहे तो, आणि विराजही?'

फोन कट झाला.

'काय म्हणावं या बाईला? सरळ फोन ठेवून दिला.'

विलास थरथरायला लागला, त्याच्या डोळ्यांसमोर मोटारसायकलवरचे ते दोघं हवेत उडालेले तरळायला लागले.

'विलास, काय होतंय तुला? तू असं का करतोयस?'

'मी – मी चांडाळ आहे. पापी आहे. मी तुझ्याशी मोबाइलवर बोलत होतो. तेवढ्यात अचानक एक बाइक समोर आली. घरी लवकर पोचायचं होतं म्हणून माझा स्पीडही बराच होता. लक्ष तुझ्याशी बोलण्यात होतं आणि काही कळायच्या

आत माझी गाडी त्या बाइकवर आपटली. ते दोघं हवेत उडाले आणि मी – मी थांबलो नाही. घाबरलो होतो. मी पळालो.'

'विलास — '

'हो...'

'पपा-पपा.'

भाग्यश्रीने विलासला घट्ट धरलं. कौमुदिनी कोसळली. भाग्यश्री आईकडे धावली. तिने आईच्या चेहऱ्यावर पाणी मारलं. तिने कसंतरी करून दोघांना सावरलं. पनवेलला जायला हवंय याची जाणीव करून दिली.

मिसेस पांचाळ हकिकत सांगत होत्या, रडत होत्या. श्री. पांचाळ पोलिसांकडे केसपेपर्सवर सह्या करण्यासाठी गेले होते.

'कोण तो कसाई, मुलांना उडवून निघून गेला. तरी मी विराजला सांगत होते. आत्ता बाहेर जाऊ नका. पावसाची शक्यता आहे. नका जाऊ. पहिला पाऊस, रस्ते निसरडे, पण नाही ऐकलं दोघांनी. आणि हे मोठ्ठाल्या मोटारी उडवणारे, पोरांच्या जीवावर बेतलं हो! ह्यांच्या नुसत्या गाड्याच मोठ्या, मन नाही. डॉक्टर म्हणाले, लगेचच मदत मिळाली असती तर दोघेही वाचले असते.'

वेताळाने हकिकत संपवली. राजा विक्रमादित्याला काही विचारण्याअगोदरच राजा बोलू लागला.

'फक्त स्वत:बद्दल विचार करणाऱ्या विलासने हातून गुन्हा घडलाय तर प्रायश्चित्तही घ्यायला हवं. त्याने जर आपणहून प्रायश्चित्त घेतलं असतं, तर कडेलोट व्हावा इतकी तीव्र सजा त्याला मिळाली नसती.

'वेताळा, आज मी तुला एक कहाणी सांगतो.'

वेताळाला आश्चर्य वाटलं. राजा गोष्ट सांगणार? सांगू दे.

'एक योगी होता. त्याने शंभर वर्षं तपश्चर्या केली. परमेश्वर त्याच्यावर प्रसन्न झाला. म्हणाला, 'तुला काय हवं ते माग.' योगी म्हणाला. 'मला मृत्यू येण्यापूर्वीच स्वर्ग आणि नरक दाखव.' परमेश्वराने त्याला आपल्या सोबत नेलं. एक दरवाजा उघडला. आत एका प्रचंड दालनात मध्यभागी एका भांड्यात स्वर्गीय सुवासाचं एक पक्वान्न शिजत होतं. त्याच्या नुसत्या सुगंधाने सर्व इंद्रियांवर विजय मिळवलेल्या योग्याच्या तोंडालाही पाणी सुटलं. त्या भांड्याभोवती खूप माणसं गोळा झाली होती. पण ती सगळी हडकलेली, खूप दिवसांची उपाशी, खंगलेली आणि उदास दिसत होती. योगी जेव्हा पुढे गेला तेव्हा त्याला त्यांच्या उदासीचं कारण समजलं. त्या भांड्यातनं ते पक्वान्न काढून खाण्यासाठी त्यांच्या हातात एक निमुळता चमचा दिला

होता. जो माणसाच्या हातापेक्षा लांब होता. साहजिकच चमचा भरून घेतलेलं अन्न त्यांच्या तोंडापर्यंत जात नव्हतं.

'हा नरक आहे,' देवाने सांगितलं आणि योग्याला पुढच्या दाराकडे नेलं. तिथेही तेच दृश्य होतं. तसंच पक्वान्न, तसाच घोळका, तसेच चमचे. इथली माणसं मात्र काव्यशास्त्रविनोदात रमलेली दिसत होती. निरोगी, आनंदी आणि उत्साही –

'हा स्वर्ग आहे,' देवाने सांगितलं.

'पण देवा, स्वर्ग आणि नरकात काहीच फरक कसा नाही?'

'नाही कसा? फरक दोन्हीकडच्या माणसांत आहे. स्वर्गातल्या माणसांमध्ये नरकातल्या माणसांपेक्षा फक्त एक गुण अधिक आहे... आपल्या चमच्याने दुसऱ्याला भरवण्याची दानत...'

'वा' म्हणता वेताळाने राजाच्या गोष्टीला दाद दिली.

राजा पुढे म्हणाला, 'प्रत्येक जण फक्त स्वतःचा विचार करतोय. विलासने तेच केलं. त्याने मदतीचा हात दिला असता तर ते दोन जीव वाचले असते आणि आत्ता विलासला होणारं दुःख केवळ ह्याच कारणासाठी आहे की, त्या दोघातला एक अंशुमन आहे. तो जर अंशुमन नसता तर विलास त्याचं विलासी आयुष्य जगत राहिला असता. वेताळा, चमचे खूप छोटे झाले आहेत. फक्त स्वतःच्या मुखापर्यंत पोहोचू शकतील इतके छोटे. ह्या माणसांनी त्यांचे मोठ्ठाले दांडे कापूनच टाकलेत. देवाने काहीएक विचार करून चमच्यांचे दांडे लांब ठेवले होते, हे माणसाला समजलं नाही. स्वतःचा विचार करण्याअगोदर, आधी दुसऱ्याचा विचार त्याने करावा, मग दुसराही आधी आपला विचार करेल ही सूचकता त्याला उमजली नाही. ज्यांना उमजली ते सुखी झाले; पण न उमजणाऱ्यांची संख्या जास्त आहे. चमचे फार लहान झालेत वेताळा — '

पुन्हा कधीही ह्या जंगलातून बाहेर पडायचं नाही, रस्त्यावर धावणारी सुसाट वाहनं बघायला, माणसं बघायला तर नाहीच नाही असा विचार करत करतच वेताळ त्याच्या झाडावर प्रेतासकट जाऊन लटकू लागला. मागून नेहमी धावत येणारा राजा विक्रमादित्य धिमी पावलं टाकत वेताळाकडे दृष्टिक्षेपही न टाकता राजवाड्याच्या दिशेने चालू लागला.

नजरेतलं सौंदर्य

पुन्हा एकदा विक्रमादित्य त्या झाडाजवळ गेला. झाडावरून प्रेत खेचून त्याने ते आपल्या खांद्यांवर घेतलं आणि तो स्मशानाच्या दिशेने निघाला. प्रेतातल्या वेताळाला पुन्हा एकदा विक्रमादित्याचं कौतुक वाटलं. वेताळ म्हणाला, 'हे विक्रमादित्या, तुझ्या अलौकिक जिद्दीचं कौतुक करावं तेवढं कमीच. आज युगानुयुगं तू तुझा हट्ट सोडलेला नाहीस. तुझी शूरता, बुद्धिमत्ता आणि तुझी चिकाटी खरोखरच अवर्णनीय आहे. अनाकलनीय गोष्टींचं आकलन करून घेणं हे तुझं उद्दिष्ट आजही तेवढंच आहे. इतकंच नव्हे, तर ते प्रजाजनांसमोर मांडून त्यांना ज्ञान प्राप्त करून देण्याची तुझी मनीषा कालातीत आहे, पण हल्ली मीच संभ्रमात असतो. मला अनेक प्रसंगांचं, व्यक्तींचं मनोगत आकलन होत नाही. आता ही तेजस्विनीच बघ...' असं म्हणून वेताळाने कथा सांगण्यास प्रारंभ केला....

खळकन् काच फुटली तसा दुकानाचा मालक धावत बाहेर आला. शोरूमच्या शोकेसच्या पंधरा ते वीस हजारांच्या काचेचा पार भुगा झाला होता. हे कुणी केलं? ऐन रहदारीचा रस्ता, गजबजलेला. शेकडो माणसं ये-जा करत होती. मोठ्ठा दगड कुणीतरी काचेवर मारला. नक्कीच, बऱ्याच जणांनी बघितलं असणार. सुडौल बाहुल्यांचे तीन तुकडे विखुरले होते. शोध घ्यायचा कसा आणि विचारायचं कुणाला? क्षणात दुकानासमोर हीऽऽऽ गर्दी. चर्चा, आरडाओरडा!

'क्या हुआ?'

'क्या जाने?'

'कांच टूटा कैसे?'

'कोई लोचा होगा।'

'अरे हटो, हटो. देखने दो.'

'क्या देखना?'

'तू क्या देख रहा है?'

'वो कांच...'

'मुझे वो मॅनेक्विन देखनी है.'

'स्साला...'

एवढ्यात पुन्हा मोठ्ठा आवाज आला. अजून एका दुकानाची काच फुटल्याचा!

आता आम जनता घाबरली. सैरावैरा पळू लागली. त्या गजबजलेल्या रस्त्यावरची गजबज वाढून भीतीत रूपांतरित झाली. कोण हे कृत्य करतंय? का करतंय? टेररिस्ट? आणि मग ओळीने काचा फुटतच राहिल्या. दुकानांची झगमग, मोहवणाऱ्या वस्तूंचा डिसप्ले. रस्त्यावरून फिरणाऱ्या आजच्या काळातल्या तंग, छोट्यात छोटे कपडे घालून हसत खिदळणाऱ्या ललना बघण्यासाठी बिनकामाचा फेरफटका मारणारा तरुणांचा समुदाय आत्तापर्यंत हिरो होऊन, छाती काढून फिरत होता. आत मात्र तो शेळपट होऊन आडोसा शोधू लागला.

पोलीस जीपचा सायरन वाजू लागला. हां हां म्हणता तीन-चार जीप्स त्या काचांच्या सड्यापाशी येऊन थांबल्या.

इतका वेळ घडलेलं नाट्य, कोलाहल, गजबज एकदम थंड झाली आणि अगदी रस्त्याच्या मध्यावर शांतपणे उभी असलेली एक स्त्री सर्वांच्या दृष्टिपथात आली.

हळूहळू तिच्या भोवती पण काही अंतरावर माणसं गोळा होऊ लागली. प्रत्येक जण काही ना काही कयास बांधत होता.

'बाजूला व्हा – बाजूला व्हा –'

पोलीस हातात दांडका घेऊन गर्दी पांगवू लागले. ती बाई मध्यावर आणि पोलिसांनी तिच्याभोवती कडं केलेलं!

इन्स्पेक्टर पुढे होऊन तिच्यावर पिस्तूल रोखत, तिचं निरीक्षण करत करत लोकांना उद्देशून म्हणाला, 'सर्वांनी निघा. आपापल्या घरी जा.'

पण लोक ऐकणार? आता तर पोलीस आले होते. शेळपटपणा जाऊन पुन्हा सगळे धीट झाले होते. काहीतरी थरारनाट्य हवंच होतं. रोजच्या मरगळलेल्या, त्याच त्या चक्रातून फिरणाऱ्या आयुष्याचा तसाही कंटाळाच आला होता. ह्या थरारनाट्याचे आपण प्रेक्षक होतो, हे चवीचवीने सर्वांना सांगता येणार होतं. टेररिस्ट – एक बाई! साधी-सोज्ज्वळ दिसणारी. व्यवस्थित साडी नेसलेली, मंगळसूत्रही घातलेली! हातात दगड घेऊन उभी असलेली, रंगेहाथ पकडली गेलेली!

दोन-तीन व्हॅन्स आल्या.

अरे वा! न्यूज चॅनेल्सच्या गाड्या! वा! 'आँखोदेखा हाल' आता आपल्याला विचारला जाईल. नाहीतर आपण कशाला कधी टीव्हीवर झळकणार?

लाइट्स ऑन झाले, कॅमेरा रोल होऊ लागला. मी अमुक-तमुक... इथून बोलत आहे... कॅमेरा फिरू लागला. दुकानांच्या फुटलेल्या काचांवरून, त्या सुडौल बाहुल्या निपचित विखरून, निर्जीव होऊन पडलेल्या. डोकं कुठेतरी, धड कुठेतरी... आला-आला लाइट आपल्यावरही...

नकळत टाचा उंच झाल्या. मोबाइल्स चालू झाले. आप्तस्वकीयांना मेसेज केले जाऊ लागले. 'बातम्या बघा – न्यूज बघा... मी दिसतोय त्यात...'

बाई जागची हलली. तिने दगड खाली रस्त्यावर फेकला. दोन-चार लेडीज कॉन्स्टेबल पुढे सरसावल्या. त्यांनी सावधतेने तिची झडती घ्यायला प्रारंभ केला. पण तिने त्या कॉन्स्टेबलना अडवलं.

'ह्या इतक्या लोकांसमोर झडती घ्यायची नाही. मी तुमच्या बरोबर येत्ये.'

ती बाई शांतपणे आपणहून जीपमध्ये जाऊन बसली आणि जीप्स जशा आल्या तशाच निघून गेल्या.

टीव्ही चॅनेल्सच्या व्हॅन्सही मागोमाग निघून गेल्या.

काहीच नाट्य घडलं नाही म्हणून जमाव हळहळला. वेडी असणार बाई...

'हॅं:!'

'उगीच वेळ वाया गेला.'

'मैं तो डर गयी थी.'

'मैं नहीं डरी थी! उसमें क्या डरना?'

'चलो री. बध्दु लेट थयु!'

पोलिसांच्या मागोमाग दुकानदारांचा घोळका पोलीस स्टेशनवर पोहोचला. प्रत्येक जण स्वत:ची तक्रार नोंदवण्यासाठी घाई करू लागला. बाई अजूनही शांतपणे एका बाकड्यावर बसली होती. जराही चलबिचल नव्हती, कुठेही फोनाफोनी करत नव्हती. जणू तिची समाधी लागली होती.

दोन-तीन तास सर्वांची तक्रार नोंदवून घेण्यात गेले. यच्चयावत दुकानदार गुजराथी नाहीतर कच्छी होते. एक-एक करून सगळे निघून गेले. इन्स्पेक्टरने बाईला बोलावलं. ती त्याच्या टेबलासमोरच्या खुर्चीत बसली. पोलीस स्टेशनबाहेर जमलेल्या न्यूज चॅनेल्सच्या गाड्या जमल्या. तक्रार नोंदवून बाहेर पडणाऱ्या दुकानदारांची मुलाखत आता सुरू झाली.

'आपको क्या लगता है! क्यूं तोडी होगी आपकी दुकान?'

'हम खुद नहीं जानते.'

'कोई पहचान है आपकी इस औरतसे?'

'जी नहीं! बिलकूल नहीं!'

'तो क्या वजह होगी?'

'ये हम कैसे कह सकते है? उन्हीसे पूछिये!'

काय कारण असेल? हा प्रश्न इथे जमलेल्या प्रत्येक दुकानदाराला पडला आहे. ह्या प्रकाराची कारणमीमांसा त्या बाईच देऊ शकतात. परंतु आत्ता त्या पोलीस चौकीत आहेत. कारण कळेपर्यंत प्रतीक्षा करणं एवढंच आपल्या हाती आहे. कमाल न्यूज चॅनेलतर्फे मी शीला विचारे. धन्यवाद...

'या बाई, केबिनमधे चला. साहेब बोलवत आहेत.'

बाई साहेबांच्या केबिनमध्ये आली.

'बसा!'

साहेबांनी बाईंना बसायला खुर्चीकडे बोट दाखवलं.

'बोला! काय प्रकार आहे?'

'मी तेजस्विनी मोहिते.'

'हं!'

'मी कबूल करते की, दुकानांच्या काचा आणि त्यातल्या बाहुल्या मी फोडल्या-तोडल्या!'

'एक मिनिट. सखाराम...'

'जी.'

'स्टेटमेंट लिहून घ्या – हं बोला बाई...'

'मी ह्या बाहुल्या – काचा...'

'समजलं. आता कारण कळू दे.'

'ते मी कोर्टात सांगेन.'

'म्हणजे आम्ही केस फाइल करायची?'

'अर्थातच.'

'त्याचे परिणाम माहीत आहेत? तुम्ही चांगल्या घरच्या दिसता...'

'हो, आहेच. आणि माझं मानसिक संतुलनही बिघडलेलं नाही.'

'तरीही तुम्ही – '

'कारण आहे. पण ते मला ह्या चार भिंतींच्या आड सांगायचं नाहीये.'

'तुम्हाला मला अटक करावी लागेल.'

'अजून वेगळी अटक काय करणार?'

'तुम्हाला सोडता येणार नाही. तुम्ही घरी जाऊ शकणार नाही.'

'माझी तयारी आहे. कृती विचारपूर्वकच केली आहे. तुम्ही फक्त माझ्या घरी निरोप पोहोचवा. हा नंबर – फोन करून सांगा.'

'सखाराम...'

'जी. करतो.'

'बाईंची सोय व्यवस्थित करा. उद्या सकाळी लगेचच कोर्टात हजर करू.'
'धन्यवाद.'

न्यूज चॅनेल्सना बातमी मिळाली. तेजस्विनी मोहितेला सकाळी अकरा वाजता कोर्टापुढे हजर करण्यात येणार!

दुसऱ्या दिवशी, सकाळी दहा वाजल्यापासूनच न्यूज चॅनेल्सची गर्दी कोर्टाच्या दारात हजर झाली. लहानशा किंवा कुठल्याही तऱ्हेच्या घटनेची सनसनाटी बातमी कशी तयार करायची याचं कसब त्या तमाम चॅनेल्सनी अवगत केलं होतं.

अकराच्या ठोक्याला तेजस्विनी मोहितेला घेऊन पोलिसांची जीप कोर्टाच्या दारात येऊन थांबली. श्री. मोहिते तेजस्विनी मोहितेला भेटायला सामोरे गेले. हा गृहस्थ म्हणजे तेजस्विनी मोहितेचा नवरा हे कळताक्षणी कॅमेरे त्याच्या मागे मागे धावले. कुणीतरी श्री. मोहितेंना अडवून विचारलं.

'तुम्ही श्री. मोहिते?'
'हो.'
'तुम्हाला आपल्या पत्नीच्या कृत्याबद्दल काही सांगायचं आहे? त्यांनी असं का केलं?'
'ते ती आता कोर्टात सांगेलच!'
'त्यांना शिक्षा होईल?'
'ते मी कसं सांगणार?'
'तुम्हाला त्या असं काही करणार, हे माहीत होतं का?'
'नाही.'
'तुम्हाला...'
'नो मोअर क्वेश्चन्स प्लीज!'

आम्ही आत्ता कोर्टाबाहेर श्री. मोहिते ह्यांच्याशी बोलत होतो. त्यांनी कुठलीही माहिती देण्याचं टाळलं. आता वाट बघू या, तेजस्विनी मोहितेंच्या जबानीची. धन्यवाद. परिवार चॅनेलमधून केशव गायकवाड...

'तेजस्विनी मोहिते. तुमचा वकील?'
'कुणीही नाही. मीच जबानी देणार आहे आणि... पुढे कोर्टाने ठरवावं – '
'तुमच्यावरचे आरोप असे – पितळवाला रोडवरील सहा दुकानांचं तुम्ही अकारण नुकसान केलं आहे.'
'मला आरोप मान्य नाही. मी नुकसान केलं, हे मान्य आहे, पण अकारण केलं,

हे मान्य नाही.'

'म्हणजे तुम्ही जाणीवपूर्वक हे वर्तन केलंत?'

'हो.'

'स्पष्टीकरण द्या.'

'त्यासाठी मला पुरेसा अवधी हवा. पाच-सात मिनिटांत स्पष्टीकरण देता येणार नाही.'

'मान्य. सांगा.'

'जज्जसाहेब, धन्यवाद! मी पितळवाला रोडवरील सहा दुकानांच्या काचा फोडल्या आणि शोकेसमधल्या मॅनेक्वीन्सची तोडमोड केली. या सहा दुकानांकडे नीट लक्ष दिल्यास असं लक्षात येईल की, ही सहाही दुकानं स्त्रियांची वस्त्रं विकणारी आणि मेकअपचं सामान विकणारी आहेत. ह्या सहाही दुकानांच्या शोकेसेसमध्ये बायकांचे पुतळे होते. मी माझ्या मोबाइलमधे त्या पुतळ्यांचे फोटो काढले आहेत, जे मी कोर्टासमोर सादर करू इच्छिते.'

'ठीक.'

'आपण फोटो बघितलेत? खरंतर मी जे कृत्य काल केलं, ते कितीतरी आधी करायला हवं होतं. असं नाही की पितळवाला रोडवर मी काल पहिल्यांदाच गेले. आधीही बरेच वेळा गेले आहे. प्रत्येक वेळी मला हे पुतळे खटकत असत. त्रास होई. पूर्वीच्या काळी बायकांची अंतर्वस्त्रं घरातल्याही वक्तींच्या नजरेलाही पडू दिली जायची नाहीत. तो जमाना गेला. नंतर ठेल्यांवर फूटपाथवर उघड्यावर ही अंतर्वस्त्रं लटकू लागली आणि आता सीमाच ओलांडली. बायकांच्या तशा अवयवांचे अगदी सुडौल असे पुतळे, उभार वक्षांचे आणि नितळ कमरेचे, आखीव नितंबांचे राजरोस दिसतील असे काचांआड उभे ठाकले. त्यातूनही आतल्या बाजूने प्रकाश पडेल अशी रचना केली. त्यांवर ब्रा आणि निकर – झिरमिळ्या, लेस लावलेल्या, एका छोट्याशा नाडीच्या, अनेक तऱ्हेच्या! चीड यायची, बायकांच्या शरीराची, वस्त्रांची केलेली ही जाहिरात! कुठल्याही स्त्रीला हे खटकू नये? कुणीही निषेध व्यक्त केला नाही. कारण आम्हा बायकांची नजरही आता सरावली, दगड झाली. त्यांना हा स्त्रीदेहाचा अपमान वाटतच नाही, हा खरा खेद आहे. मी श्री. मोहितेंना माझी ही तळतळ, असाहाय्यता अनेकदा बोलून दाखवली. पण 'बस' आम्ही इतकंच करत होतो. आपला माल खपवण्याच्या नादात दुकानदारांनाही या अशा उघड्यावर मांडलेल्या स्त्री प्रदर्शनात काही गैर वाटत नाही. पण काल माझा संयम संपला.

'मी पितळवाला रोडवरून काही कामानिमित्त संध्याकाळी जात होते. एका दुकानापाशी थांबले. त्या दुकानाच्या काचेच्या दाराला अडकवलेली पर्स मला आवडली म्हणून बघत होते. ह्याच दुकानाला लागून असलेल्या दुकानाच्या शोकेसमध्ये

ब्रा आणि निकर घातलेला एक मॅनेक्वीन उभा होता. एक भिकारी माणूस त्या मॅनेक्वीनकडे एकटक बघत होता. दोन-तीन मुलं तेव्हाच तिथून जात होती. त्या भिकाऱ्याला त्यांनी डिवचलं. त्या मुलांना तो भिकारी त्या मॅनेक्वीनकडे हपापल्या नजरेने बघतोय हे कळत होतं. त्यातला एक म्हणाला, 'ए जाबे फूट. क्या देखता है?' दुसरा म्हणाला, 'छोड यार, देखने दे कहा असली में मिलने वाली है?'

'पहिला म्हणाला, 'असली ऐसी हो भी नही सकती. इसलीये ये भी चलेगी...' तो भिकारी बीभत्स हातवारे करत हसायला लागला आणि त्या मॅनेक्वीनच्या जवळजवळ जाऊ लागला.

'जज्जसाहेब तो पुतळाच होता. पण एका स्त्रीचा होता. मी संपूर्ण कपड्यांत असूनही नग्नतेची भावना माझ्या मनाला डसू लागली. ही नग्नता विचारांची, अशा तऱ्हेने स्त्रीला उघड्यावर ठेवणाऱ्या या दुकानदारांची, दगड नजरेने बघणाऱ्या तमाम स्त्री जमातीची आणि स्त्रीचं हेच रूप प्रकाशात आणणाऱ्या पुरुषी समाजाची! हे सर्व तोडून फोडून टाकावं या एकाच विचाराने मी झपाटले. मिळेल तो दगड हातात घेतला आणि मग – फक्त काचांचे आवाजच येत राहिले. मी फक्त अशीच दुकानं फोडली. विचारा या सहाही जणांना!'

जज्जसाहेबांनी त्या सहा दुकानदारांकडे बघितलं. सहाही जण माना खाली घालून बसले होते.

वेताळाने गोष्ट संपवली. विक्रमादित्य गंभीर झाला होता. वेताळाने त्याला विचारलं, 'सांग राजा, तेजस्विनी मोहितेचं पुढे काय झालं असेल आणि तिने जे कृत्य केलं ते योग्य होतं की अयोग्य? माझ्या प्रश्नांचं निरसन करणं शक्य असूनही तू जर मौन पाळलंस तर तुझ्या डोक्याची शकलं शकलं होतील!'

विक्रमादित्य विचारपूर्वक बोलू लागला.

'वेताळा, आटपाट नगरातली जनता ही अशी? आपल्या राज्यात तर असं काही कधी घडलं नाही आणि भविष्यातही घडणार नाही.'

'मान्य. पण...'

'सांगतो. मी सर्द झालो आहे. माझ्या विचारांना, तू विचारलेल्या प्रश्नांना उत्तरात कसं बांधायचं हेच ठरवतो आहे. तेजस्विनी मोहितेला न्याय मिळायला हवा. तिची सन्मानाने पाठवणी करायला हवी ती तिच्या घरीच. मला खात्री आहे की, न्यायमूर्तींनी असाच निर्णय दिला असणार.'

'उत्तर तुझं योग्य, पण अधुरंच! आता पुढल्या प्रश्नाचं उत्तर – '

'देतो. एका भावनेच्या भरात केलं गेलेलं हे कृत्य! स्त्रीत्वाचा जाज्वल्य अभिमान आणि म्हणूनच स्त्रीच्या देहाची होत असलेली विटंबना, जनतेला – आम

जनतेला आलेली बधिरता, या अशा कारणास्तव आणि नव्या पिढीचा एकांगी दृष्टिकोन यांचा उद्रेक तेजस्विनी मोहितेला असह्य होणं स्वाभाविक आहे! कारण समाजामध्ये सुधारणा होत नसून चुकीच्या धारणेलाच नावीन्याचं नाव दिलं जातंय आणि ते कौतुकास्पदही वाटतंय. पण वेताळा, मला सांग, सहा दुकानांच्या काचा फोडून, स्त्रीमूर्ती तोडून साध्य काय झालं? २४ तास दूरदर्शनवर ही बातमी प्रसिद्ध झाली असेल, वारंवार फुटलेल्या काचा आणि तिची अटक आणि तिचं स्पष्टीकरण दाखवलं गेलं असेल. पण पुढे काय? हा योग्य-अयोग्यतेचा प्रश्न नाहीये. हा समाजाच्या दृष्टिकोनाचा प्रश्न आहे. तसं तर इसवीसनांपूर्वी लेण्यांमध्ये कोरल्या गेलेल्या असंख्य लावण्यलतिका, त्या मूर्ती आज कलेचा एक उत्तम नमुना म्हणून जगप्रसिद्ध आहेत. वेताळा, लाखो दुकानं आटपाट नगरात अशा तऱ्हेच्या पुतळ्यांनी भरलेली असतील! हे माणसाला जाणवायला हवं की, त्या लेण्या आजही तशाच स्वरूपाच्या मूर्ती असून पवित्र का वाटतात आणि दुकानातल्या मूर्तींकडे बघितलं की अनैतिकता डोकं वर का काढते? सामाजिक नैतिकता अत्यावश्यक आहे हे कुमार वयातच शिकवलं गेलं पाहिजे. मुळातच अशा तऱ्हेने वस्तू विकण्याची गरज नसते. प्रदर्शन मांडण्याची गरज नसते, हे पटायला हवं. नैतिकता पाळूनही व्यवसाय उत्तम तऱ्हेने होऊ शकतो असा आत्मविश्वास निर्माण करण्याची आवश्यकता आहे. सुंदरता विचारांची हवी. जी आपणच जपायची स्वत:...'

'विक्रमादित्या, मी पुन्हा जिंकलो – हा मी चाललो.'

राजाचं मौन मोडण्यात यशस्वी झालेला वेताळ पुन्हा प्रेतासहित गायब होऊन झाडावर जाऊन बसला.

निश्चयाचा पक्का विक्रमादित्य पुन्हा झाडाजवळ गेला. झाडावरून प्रेत ओढून काढून त्याने ते आपल्या खांद्यावर टाकलं आणि त्याने स्मशानाची वाट धरली. तेव्हा प्रेतातील वेताळ म्हणाला, 'अशा अर्ध्या रात्री इतक्या निर्भयपणे तुला चालताना पाहून असं वाटतं की, तू एखाद्या किरकोळ ध्येयपूर्तीसाठी इतके कठोर परिश्रम घेत नसून एखादं अति अद्‌भुत रहस्य उलगडून, त्यातून एखादे अलौकिक रहस्य जाणून घेण्याची तुझी आकांक्षा आहे. तोच तुझा संकल्प आहे.

'पण, प्रत्यक्षात सर्वच गोष्टी अद्‌भुत असतात असं नाही. सर्वसाधारण अशा मानवांच्या आयुष्यातल्या घटना सर्वसामान्य असतात. पण अशा सर्वसामान्य घटनांचाच आयुष्यात अडथळा निर्माण होतो. साध्या, सोप्या घटनांना अवास्तव महत्त्व दिलं जातं. जे पूर्वापार चालत आलेलं आहे, तेच नित्य चालत राहणार. अशा घटनांना सारासार विचार मान्यता देतात किंतू मानसिकता बदलत जाते. जागृत मन अशा घटना मान्य करतं, पण अजागृत मन कुठेतरी अगदी तळघरात बंड करत असतं.

अशीच, ह्याच पार्श्वभूमीवरची एक सत्यकथा तुला सांगतो. ऐक आणि विचारांती उत्तर दे.'

एवढं सांगून वेताळाने कथा सांगण्यास प्रारंभ केला...

शी इज अॅब्सोल्यूटली नॉर्मल

'मिसेस देशमुखांची फॅमिली बॅकग्राउंड सांगू शकाल?'

'हो, सांगतो. मिसेस देशमुख आधीची मिराशी, राधा मिराशी. आमचं लव्ह मॅरेज. सुरुवातीला माझ्या घरच्या मंडळींनी तिला स्वीकारलं नाही, पण कालांतराने तिने तिच्या वागणुकीतून सर्वांना आपलंसं केलं.'

'पण, हा जो मधला काळ होता, तेव्हा त्यांची वागणूक कशी असायची?'

'सोशीक. राधा फार प्रेमळ आहे. हे प्रेमच तिची ताकद आहे. आम्ही अगदी काटकसरीने – म्हणतात ना अगदी शून्यापासून सुरुवात – असा संसार सुरू केला.'

'त्या दरम्यान तुम्हा दोघांत काही ताणतणाव?'

'ते तर असतातच सर्वसामान्य संसारात! आणि आमचा तर तडजोडीचा संसार! ती नावीन्याची ओढ, स्वप्नं – सर्व काही होतं, पण त्यांना आकार मिळाला नाही. ताणतणाव असायचे, पण ते तात्पुरते. कधी मी माघार घ्यायचो, तर कधी राधा.'

'तुमची फॅमिली जेव्हा मिसेस देशमुखांना मान देऊ लागली तेव्हा काही फरक पडला?'

'खूप! पण त्याअगोदर राधा सर्व परिस्थितीला सरावली होती आणि तोपर्यंत ती मोहिनीची आईही झाली होती.'

'अच्छा म्हणजे...'

'आमचं प्लॅनिंग साफ कोलमडलं होतं. हक्काच्या घरात रहायला गेल्याशिवाय इश्यू नको. हा आमचा दोघांनी एकत्र खुशीने घेतलेला निर्णय! पण — '

'मोहिनीचा जन्म झाल्यावर तुमची-मिसेस देशमुखांची प्रतिक्रिया?'

'अतिशय आनंद! राधाने तर तिच्यावर प्रेमाचा वर्षाव सुरू केला. तशी तर प्रत्येक आई आपल्या मुलावर करतेच. पण मला कधीकधी वाटायचं की, राधाचं वाजवीपेक्षा जरा जास्तच मोहिनीत गुंतणं होतंय.'

'स्वाभाविक आहे. मिसेस देशमुखांना माया व्यक्त करण्यासाठी स्वत:चं, हक्काचं माणूस मिळालं. म्हणजे, तुम्ही होतातच त्यांच्यासाठी, तरीही आईपण मात्र वेगळंच! ठीक आहे. मिस्टर देशमुख, आपण आता परवा भेटू. पण तेव्हा मिसेस देशमुखांनीही असायला हवं.'

'यस्, आय नो. मी पूर्ण प्रयत्न करेन.'

शमीम देशमुख डॉ. कालेलकरांच्या केबिनमधून बाहेर पडला. त्यांच्या केबिन बाहेर अजूनही पेशंट्सची रांग होती. रात्रीचे नऊ वाजून गेले होते. या प्रत्येक पेशंटचं पेशन्सली ऐकून घेणं, नोट्स तयार करणं, किती वाजतील सायकिॲट्रिस्ट डॉ. कालेलकरांना त्यांच्या घरी जाण्यासाठी? त्यांची फॅमिलीत त्यांनाही काही प्रॉब्लेम्स असतीलच ना? खरंच, एकदा त्यांना विचारू याच! सांगू या त्यांना, 'तुम्ही माझ्याशी अगदी मोकळेपणाने बोलू शकता. तुमचंही ऐकणारं असं कुणीतरी तुम्हालाही हवं असेल. आय ॲम देअर टु हियर यू – '

शमीमला घरी पोचायला साडेदहा झाले. काही पाहुणे मंडळी झोपली होती, काही जण टीव्ही बघत होती. मुलांचा खेळ चालू होता. राधा कुठेच दिसेना.

'आई, अगं राधा कुठे आहे?'

'बसल्ये जाऊन गच्चीत!'

'एकटीच?'

'तिनेच सांगितलं, वर कुणीही यायचं नाही.'

'मी बघतो. जेवणं झाली?'

'मघाच! तू जेवून घे.'

'राधा जेवली?'

'नाही. मी किती आग्रह केला.'

'बरं, पानं वाढ दोघांचं. मी वॉश घेऊन येतो.'

शमीम गच्चीत गेला. गच्चीत अंधार होता. आकाशात चंद्रकोर होती. चांदण्यांचा प्रकाश पृथ्वीपर्यंत पोहोचत नव्हता. नजर काळोखाला सरावली तेव्हा गच्चीच्या एका कोपऱ्यात मुडपून बसलेली मनुष्याकृती शमीमला दिसली. त्याने हाक मारली –

'राधाऽऽ'

मान वर झाली. ओ आली नाही. शमीम राधाजवळ गेला.

'राधा...'

'हं.'

'सगळे खाली वाट बघत आहेत. आणि अजून तू जेवली नाहीस?'

'भूकच नाही लागली.'

'असं कसं? जेवायला तर हवंच. मला भूक लागल्ये. चल बरं, आपण दोघं जेवू!'

'ही माणसं आपापल्या घरी जातील.'

'हो. बरीचशी, उद्या सकाळीच – सकाळही नाही, पहाटेच निघणार आहेत.'

'आणि बाकीची?'

'उद्या संध्याकाळी. म्हणूनच सांगतोय की, आज त्यांच्याबरोबर मस्त गप्पा मारू.'

'हो. येते.'

जेवणं झाली, हास्यविनोद झाले, आवराआवरही झाली. शमीम-राधा बेडरूममध्ये आले. शमीम अक्षरशः दुसऱ्या मिनिटाला घोरायला लागला. राधा टक्क जागी...

भिंतीवर मोहिनीचा लहानपणीचा एनलार्ज केलेला फोटो होता. राधा त्या फोटोकडे एकटक बघत राहिली. गुबरी, गोरी, निळे डोळे असलेली. बघताक्षणी मोह पडावा तिला उचलून घ्यायचा! अगदी अपरिचितालाही!

राधाला भूतकाळ आठवू लागला.

काळजी घेऊनही जेव्हा दिवस गेले, तेव्हा खरं किती नैराश्य आलं होतं. काळजीही वाटत होती. कसं निभावणार हे बाळंतपण? पण शमीमने धीर दिला. ॲबॉर्शनचा विचारही मनात आला नाही दोघांच्या, हे विशेष! हो, विशेषच! आर्थिक चणचण, माझी नवीन नोकरी, भाड्याचं घर! दर अकरा महिन्यांनी घराची शोधाशोध. त्यात ही नवी जबाबदारी! माझ्याच हट्टामुळे शमीमच्या घरी ही बातमी कळवली गेली. त्याचं स्वागत झालं नाही, पण नूर जरा बदललेला समजलं. त्याचे आई-बाबा जे माझं तोंडही बघत नव्हते, निदान फोन केला तर 'कशी आहेस?' इतकंतरी विचारू लागले. पण, मी फोन केला तरच. शमीम म्हणाला होता, 'हेही नसे थोडके!' अखंड साथ दिली ती फक्त माझ्या माँ-आप्पांनी! तरी क्वचित एकटं वाटायचं. नऊ महिने प्रत्येक दिवस प्रत्येक क्षण मी भोगला, मिरवला. बाळाची स्पंदनं माझी स्पंदनं झाली. त्याची हालचाल, अस्तित्व जाणवून देऊ लागली आणि मग त्या वेदनांनी 'जग' – 'स्व' – सर्व विसरायला लावलं. उरल्या त्या फक्त वेदना – वेदना! आणि नंतर-नंतर आलेलं रितेपण!

ते रितेपण आणि सहा दिवसांपूर्वीचं रितेपण – सारखंच?

शमीमचा हात कंबरेवर पडला, तशी राधा वास्तवात आली. शमीम गाढ झोपेतच होता. तिने शमीमचा हात थोपटला. मोहिनीला लहानपणी ती थोपटायची तसा. त्या स्पर्शाने राधाला पुन्हा भडभडून आलं. शमीमची झोपमोड होऊ नये म्हणून ती अलगद उठली, त्याच्या हाताखाली तिने उशी ठेवली न ती बाथरूममध्ये गेली.

मोहिनीच्या आठवणीने ती हमसून हमसून रडू लागली – मोहिनी गंऽऽ!

पहाटे पाहुणेमंडळी निघाली. निरोपांची देवाण-घेवाण, हॅपी जर्नीच्या शुभेच्छा – पोचलात की फोन करा – असे उपदेश. आणि खरंतर फारच क्वचित कुणी फोन

करतं – एकदा आपल्या मुक्कामी जो-तो पोचला की, स्वतःच्या आयुष्यात रममाण होतो!

घर रिकामं झालं रात्रीपर्यंत. उरले फक्त राधा आणि शमीम!

'राधा, काय करत्येस?'

'अरे, हे हिचं कपाट आवरत्ये. बघ ना, किती वस्तू मोहिनीच्या ह्या!'

'असू देत ना तशाच!'

'असू देत की! पण नीट लावायला नकोत का? अरे, शमीम, हे तिचं झबलं बघ! काय नि किती. काय काय जपून ठेवलंय वेडीने!'

'तू स्वतःला त्रास करून घेत्येस.'

'शक्यता आहे.'

'राधा, असं नाही की मला तिच्या जाण्याचं दुःख नाही. एकुलती एक पोर, पण हे अटळ आहे. तू तर किती आनंदात होतीस, मोहिनीला चांगलं स्थळ मिळालं म्हणून!'

'हो रे! सर्व समजतं, पण –'

'तू अशी कुढत राहिलीस तर – तर मी काय करायचं?'

'होईन मी ठीक. '

राधा असं म्हणाली खरं, पण तिला ते जमत नव्हतं. काहीबाही आठवत राहायचं. मोहिनीचे शाळेतले दिवस. तो अभ्यास, तिचा खेळ, गॅदरिंग... एक आठवणींची माळच!

'डॉक्टर, राधाला ह्यातून बाहेर काढा हो!'

'मिस्टर देशमुख, तुम्ही धीर धरायला हवात. मोहिनीच्या बाबतीत अगदी प्रत्येक वेळेस त्यांचं असंच होत आलंय. तुम्हीच मला तसं सांगितलंत. होय ना?'

'हो.'

'आपण ह्यावरही जरा डिटेलमध्ये बोलू. कुठल्या प्रसंगी त्या कशा कशा वागल्या, हे जर तुम्ही सांगू शकलात तर – '

'सांगतो. अगदी, मोहिनीचा जन्म! ती असेल साडेआठ-नऊ पाउंडांची – जन्मली तेव्हा! बाळ मोठं असल्याने राधाला खूप वेदना होत होत्या. बाळाचा जन्म झाला तेव्हा ती इतकी थकली होती की, मुलगा झाला की मुलगी, हेही विचारण्याची शक्ती तिच्यात नव्हती. बाळाचा रडण्याचा आवाज तिने जरा ग्लानीतच ऐकला न् हसली. ती रात्र सरली. राधाने संपूर्ण आराम करायला हवा होता, पण बाळाला हातात घेतल्यावर ती कुणालाही त्याला हात लावू देईनाशी झाली. ओली बाळंतीण,

पण बाळाला न्हाऊ-माखूही तीच घालत असे.'

'हे जरा जास्तच.'

'मी म्हणालो ना, वाजवीपेक्षा जास्तच प्रेमळ आहे राधा. तिचा पझेसिव्हनेस वाढत गेला. मोहिनीला ती जराही मोकळं सोडत नसे. तिने नोकरीही बदलली नंतर. शाळेत टीचर म्हणून लागली.'

'मोहिनीच्याच?'

'नाही. तेवढंच एक मोहिनीचं नशीब!'

'हं!'

'पण ह्यामुळे झालं असं की, जेव्हा मोहिनीला सुट्टी तेव्हा राधालाही! अभ्यासक्रम सर्व जाणणारी राधा तिची घरात टीचर बनली. आई आणि टीचर ही कसरत सुरू झाली.'

'डेंजरस!'

'हंन्ड्रेड पर्सेंट डेंजरस! कारण मग दोन शाळांच्या शिकवण्याच्या पद्धतींची तुलना होऊ लागली.'

'तुम्ही समजवण्याचा प्रयत्न केला होतात?'

'बरेच वेळा. पण तिचं उत्तर ठरलेलं असायचं. 'शमीम, तुला नाही कळणार – शाळांमधून सध्या काय चाललंय ते मला विचार!' असं म्हणायची.'

'तुम्ही दुसरं इश्यू होऊ दिलं नाहीत की...'

'राधा – तिने नकार दिला. तिला मोहिनीच्या प्रेमात कुणी वाटेकरी नको होतं.'

'आणि तुम्ही तिच्या ह्या निर्णयाला साथ दिलीत.'

'त्यावेळेस ते मलाही पटलं होतं. त्यातून आमची आर्थिक परिस्थिती इतकी मजबूत नव्हती. मोहिनीलाच सर्वांगाने व्यवस्थित उच्च शिक्षण, उत्तम विचार, उत्तमातलं उत्तम जे जे असेल ते देऊ आणि एक चांगलं व्यक्तिमत्व घडवू – तिला मोहिनीची तुलना तिच्याच दुसऱ्या भावंडांबरोबर करायची नव्हती.'

'ठीक. अर्थात आता माझं मत देण्यात काहीही अर्थ नाही. पण अशा केसेसमधे, अजून एक इश्यू आवश्यक होतं.'

'ते आत्ता मला प्रकर्षाने जाणवतंय.'

'आत्ता त्यांचं वागणं कसं आहे?'

'तसं अगदी नॉर्मल आहे. रूटीन सुरू झालंय. मोहिनी मजेत आहे. दोघींचे रोज फोन होत असतात. पण तिच्या वागण्यातला सूक्ष्मसा फरक मला जाणवतो. दैनंदिन व्यवहारात कुणालाही कळणार नाही, पण मला समजतं.'

'मिसेस देशमुख कधी येतील?'

'प्रयत्न करतो, जितक्या तातडीने आणता येईल तितकं!'

'ठीक तर. फोन करा.'

'डॉक्टर, काही औषध?'

'नो. नो. त्याची आवश्यकता सध्या तरी नाही. तुम्हाला जर पुन्हा भेटावंसं वाटलं तर तुम्ही या. मिसेस देशमुख असायलाच हव्यात असं नाही. बी ओपन.'

'थँक्यू डॉक्टर.'

'तुला उशीर झाला आज.'

'हो. जरा काम होतं.'

'फोन करून कळवायचंस ना तसं.'

'सॉरी.'

'जेवणार आहेस?'

'अर्थात. असं का विचारलंस?'

'मोहिनी असंच करायची. कधी यायला उशीर होत असेल तर आपणहून फोन करायची नाही. मीच काळजीने तिला फोन करायची. आणि घरी आल्यावर सरळ सांगून मोकळी व्हायची – 'आई मला भूक नाहीये. जेवायला वाढू नकोस.' मला वाटलं आता तूही – तिच्याचसारखंच...'

'राधा, खरंच कामात होतो. आणि माझी नि मोहिनीची कसली तुलना करत्येस? मित्र-मैत्रिणींमध्ये रमण्याचं वय होतं तिचं. आता सासरी तिला हे असं स्वातंत्र्य मिळणार आहे का? हे स्वातंत्र्य तूच देऊ शकतेस तिला. दिलंस!'

'दिलं खरं – पण...'

'आता का रडत्येस?'

'तेव्हा मी तिच्यावर खूप अन्याय केला रे. इथे जायचं नाही, ह्या मित्र-मैत्रिणींची संगत धरायची नाही. माझ्या अट्टहासापायी तिने तिचे कितीतरी मित्र, तिच्या मैत्रिणींची मैत्री संपवली. खूप त्रास दिला रे मी तिला.'

'राधा, जे केलंस ते तिच्याच भल्यासाठी ना?'

'असं मला वाटायचं, पण मी चुकलेच ना! तिचा आनंद हिरावून घेतला. आता ते तिचं वय पुन्हा परतून येणार आहे का? घाई केली का रे तिच्या लग्नाची? अजून एखाद वर्षानंतर लग्न झालं असतं तर हे एक वर्ष मी तिचं तिला देऊन टाकलं असतं...'

'आता तुला कसं समजावू? बरं ह्यावर आपण नंतर बोलू. मी वॉश घेतो. वाढतेस ना मला?'

'हो.'

रात्री वाढायचं काम मोहिनीचं. तीच पानं घ्यायची, नंतरचं आवरायची. तरीही वेंधळेपणाने काही ना काही अन्न उघडं तरी राहायचं किंवा फ्रिजमध्ये ठेवायला तरी विसरायची. राधाने हे बघितलं की, मग सुरुवात – 'कसं होणार तुझं सासरी? म्हणतील मुलीला काही वळणच लावलं नाही...' पण लग्न ठरलं आणि पोरगी अचानक मोठी झाली. तिची अव्याहत बडबड कमी झाली. २४ तास वाजत राहणारा FM Band ठरावीक तासांसाठीच वाजू लागला. वाटायला लागलं तेव्हा, की का मी तिला ह्या गाण्यांवरून ओरडायचो? त्या गाण्यांवर ती नाचायची, तर वाटायचं, हा काय धिंगाणा? आणि आता सर्व सामसूम. चूपचाप. मी वॉश घेताना मनसोक्त रडून घेतलं. राधा समोर तर रडण्याचीही चोरी. मग तिला कसं, कोण सावरणार? खरंच, अजून एखादं मूल हवं होतं. आणि तोही मुलगाच हवा होता. म्हणजे विरहाचं दु:ख झालं नसतं.

मी स्वत:शीच हसलो. इतक्या विश्वासाने मी हे कसं म्हणू शकतो? मुलं सतत जवळ राहतात का? मी तरी कुठे राहिलो आई-बाबांसोबत? दुसरं मूल हा ह्यावर उपाय होऊ शकत नाही. स्वत:ला सावरणं. कधी ना कधी मोहिनी दूर होणार हे तिच्या जन्मापासूनच मान्य करायला हवं होतं. मी – नाही, पण राधाने नक्कीच. तीही तर अशीच तिच्या नातलगांना सोडून आलीच ना!

घरात मन रमेना म्हणून राधा ऑफिसला जायला लागली. खरंतर तिची रजा अजून शिल्लक होती, पण घर खायला उठत होतं. वऱ्हाडीमंडळी आपापल्या गावी पोचती झाली होती. घर आवरून झालं होतं. जाता-येता मोहिनीचाही दोन-अडीच वर्षांची असतानाचा एनलार्ज केलेला फोटो दिसत राहायचा. त्या भिंतीची रंगसंगती त्या फोटोला मॅच होणारी आणि त्या फोटोवर स्पॉट लाइट लावलेला. कधी राधाला तो फोटो बघून प्रसन्न वाटायचं तर कधी भडाभडा रडू यायचं. सासरी जाणारी अशी ही आपलीच एकमेव मुलगी नाही हे जाणूनही, माहीत असूनही, तिला स्वत:ला सावरता येत नव्हतं.

हा वेडेपणा आहे. राधा स्वत:ला बजावत राहायची आणि तरीही डोळे भरून यायचेच.

'मिसेस देशमुख.'

'यस सर – '

'तुमचं कामात लक्ष नाही.'

'सॉरी सर.'

'काय सॉरी? काय चूक झाल्ये ते बघा आधी.'

'हो. बघते.'

'काय बघताय? तुम्हाला साधी इन्फर्मेशन कॉम्प्यूटरला नीट फीड करता येत नाही? रेट्स काय दिलेत तुम्ही? अशाने दिवाळं निघेल!'

'सर –'

'जस्ट गो अँड गेट इट डन् इमिजिएटली!'

'यस सर.'

'मनीषा, मला कळतच नाहीये, मी हे काय करतेय?'

'राधा, स्वत:ला सावर. अगं, इतकं सुरेख लग्न करून दिलंस. जो तो कौतुक करतोय. आज तुला जॉइन होऊन पाच दिवस झाले. मी बघते ना तुझं काय चाललंय ते. मला माहीत आहे की, मोहिनीशिवाय राहणं-जगणं तुला कठीण जातंय.'

'हो गं! तुला माहित्ये ना, मी तिच्यासाठी म्हणून शाळेतही नोकरी केली. तिचा अभ्यास नीट घेता यावा – तिचं करिअर अतिशय दक्षतेने घडवता यावं...'

'हो. तू हे सर्व मला सांगितलं आहेस. पुढे शाळेतली नोकरी सोडलीस आणि ह्या एज्युकेशन इन्स्टिट्यूटमध्ये आलीस. सर्व-सर्व ठाऊक आहे.'

'मग. तरीही तू असं म्हणतेस...'

'त्याने सर्वांत जास्त त्रास कुणाला होतोय?'

'मलाच – '

'हो, पण त्याच बरोबरीने मिस्टर देशमुखांनाही.'

'त्यांना कसला त्रास?'

'तू सतत अशीच राहत असशील ना घरात? उदास, रडवेली? त्यांना यामुळे त्रास होत नसणार?'

'खरंच? होत असणार. मी आता अशी अजिबात राहणार नाही. प्रॉमिस.'

'गुड! लागा तर मग कामाला.'

राधाने नव्या जोमाने कामाला सुरुवात केली. दिवस चांगला गेला. सरही नंतर ठीक होते.

ऑफिसमधून घरी येताना वाटेत राधाने फुलं विकत घेतली. मोहिनीला फुलं फार आवडतात. तिने मुद्दामहून फुलांसाठी म्हणून काचेचे निरनिराळ्या आकाराचे फ्लॉवर पॉट्स घेतले होते. ते गेले कित्येक दिवस रिकामेच राहिले होते. घरी आल्याबरोबर तिने ते स्वच्छ धुतले, पाणी भरलं आणि फुलं लावली. घर सुंदर दिसू लागलं आणि पुन्हा राधाचे डोळे भरून आले. हे आपण अगदी विचित्र वागत आहोत तिने स्वत:लाच रागे भरलं. पण...

शमीम घरी आला आणि आल्या आल्या त्याची नजर फ्लॉवर पॉट्सवर पडली.

अरे, मोहिनी आली की काय? त्याच्याही नकळत त्याचा चेहरा उजळला – आणि अगदी अभावितपणे त्याने हाक मारली 'मोहिनीऽऽऽ?'

राधा धावत बेडरूममधून हॉलमध्ये आली.

'मोहिनी आल्ये?'

'मोहिनी आल्ये?'

'माझ्याच प्रश्नाला प्रश्न काय विचारताय?'

'म्हणजे?'

'तेच तर – तुम्ही 'मोहिनी' असं म्हणालात ना – कुठे आहे?'

शमीमला चूक उमगली. त्याने विषय टाळला.

'अगं, ते हे मोहिनी नावाचा सिनेमा आहे ना आज टीव्हीवर – '

'मला समजलं, फ्लॉवर पॉट – फुलं बघून तुम्हांला वाटलं की मोहिनीच...'

जेवणं शांततेतच पार पडली.

रात्री उशीत तोंड खुपसून राधा हमसून हमसून रडत असल्याचं शमीमला जाणवलं. तो बोलला काहीच नाही – तिला शांतपणे थोपटत राहिला – थोपटत राहिला.

किती रात्र सरली, समजलं नाही. राधा ताडकन उठली. तिला स्वप्न पडलं होतं. लग्नाचा हॉल. सजवलेला. शेवटची पंगत उटलेली. रुखवताची आवराआवर. सामानाची आवराआवर चालू आहे. ती स्वत: जातीने सर्व बघत्ये आणि मुलगी सासरी निघाल्ये. ही मोहिनी नाही. कुणी दुसरीच आणि मोहिनीची सासू रडत्ये. अगदी कोलमडल्ये. हमसून हमसून रडत्ये. आजूबाजूला बायकांचा घोळका. तिची समजूत घालत असलेला. राधा हे दृश्य तटस्थतेने बघत्ये आणि मोहिनीची सासू सैरभैर – रडून रडून लाल लाल झालेली, हुंदक्यांवर हुंदके देत राहणारी.

'डॉक्टर, मी देशमुख बोलतोय – '

'बोला.'

'मी भेटायला येऊ शकतो? आत्ता?'

'हो – जरूर.'

शमीम धावत-पळत डॉक्टरांकडे पोहोचला. आधीचा पेशंट बाहेर पडेपर्यंत त्याला धीर धरवत नव्हता. पेशंट बाहेर आला आणि शमीम डॉक्टरांच्या केबिनमध्ये घुसलाच.

'सावकाश! बसा.'

'डॉक्टर, काहीतरी घडलंय.'

'मिसेस देशमुख?'

'हो.'

'एनिथिंग सिरियस?'

'म्हटलं तर हो. म्हटलं तर नाही.'

'सांगा. सविस्तर सांगा. मोघम नको.'

'डॉक्टर, गेले सात-आठ दिवस राधाला 'ऑब्जर्व्ह' करतोय. ती अचानक नॉर्मल झाल्ये.'

'म्हणजे?'

'तिची उदासीनता, रडणं सर्व अचानक थांबलंय. परवाच ती सिनेमा बघायला तिच्या मैत्रिणींबरोबर गेली होती. आणि आज सकाळी चक्क हट्ट धरून बसली की आपण युरोप ट्रीपला जाऊ.'

'काय सांगताय?'

'हो. ना!'

'डेंजरस! इट्स डेंजरस! बरं मला सांगा, ह्या दरम्यान मोहिनी येऊन गेली का?'

'नाही. आणि आम्हीही तिला भेटायला गेलो नाही. फोनवर जेवढं बोलणं होतं तेवढंच!'

'यू मस्ट गेट हर टू मीट मी!'

'पण डॉक्टर, ह्यात डेंजरस काय? शी इज ॲब्सोल्यूटली नॉर्मल!'

'हेच धोक्याचं लक्षण आहे. अतिदु:खातून काहीही कारण न घडता जेव्हा अचानक माणूस अतिआनंदी होतो तेव्हा त्याला आम्ही 'इम्बॅलन्स ऑफ माइंड' म्हणतो. अशाच त्या पुन्हा आनंदातून दु:खात किंवा अति रागात किंवा डिप्रेशनमध्येही जाऊ शकतात. तुम्ही त्यांना आणाच!'

गोष्ट संपवून वेताळ विक्रमादित्याला म्हणाला, 'हे राजा, आता सांग, शमीमला मानसशास्त्रज्ञ कालेलकरांनी दिलेली राधाच्या संदर्भातली धोक्याची सूचना खरी की खोटी? माझ्या ह्या शंकेचे निरसन करणे शक्य असूनही तू मौन पाळलंस तर तुझ्या डोक्याची शकलं शकलं होतील.'

विक्रमादित्य म्हणाला, 'मानसशास्त्रज्ञ कालेलकरांनी दिलेली राधाच्या संदर्भातली धोक्याची सूचना निखालस खोटी. राधाला एक स्वप्न पडलं. भले ते स्वप्नच होतं. पण त्या स्वप्नाने तिच्या मनाला समाधान मिळालं. राधा मोहिनीच्या विरहात होती. तो तिचा विरह तिला सहन होत नव्हता आणि त्यावर काही दुसरा इलाजही नव्हता.

लग्न होऊन मुलगी सासरी जाणारच! पण हे मुलीच्या विरहाचं दुःख तिच्या नशिबी, एका आईच्या नशिबी! तीच दुसरी आई, म्हणजे मोहिनीची सासू मात्र सून घरी आल्याच्या आनंदात! एक आई रडते – दुसरी हसते! राधाच्या मनात खोलवर कुठेतरी ही भावना सबकॉन्शस लेव्हलवर होती, जी स्वप्नातून प्रकट झाली. त्यात ही हसरी आई मुलीच्या विरहात हमसून हमसून रडत होती! बास्! तिला रडताना बघून राधाच्या मनाला शांतता लाभली. मीच एकटी दुःखी नाही – तीसुद्धा तशीच दुःखी आहे. हे तिच्या अहंकाराला सुखावून गेलं आणि राधा ह्या मनाच्या दुःखी आवेगातून बाहेर पडली.

'आपल्यासारखीच दुसरीही व्यक्ती दुःखी आहे, हे बघण्यात मनुष्याला कुठेतरी समाधान वाटत असतं. त्यावर मानसशास्त्रज्ञ काय उपाय करणार?'

राजाचं मौन मोडण्यात यशस्वी झालेला, राजाने योग्य उत्तर दिलं म्हणून आनंदित झालेला वेताळ पुन्हा प्रेतासहित झाडावर जाऊन लोंबकळू लागला.

सांत्वन

राजा विक्रमादित्याने आपला हट्ट सोडला नाही. तो जंगलाची वाट तुडवू लागला. वेताळाला त्याचीच प्रतीक्षा होती. आज वेताळाला एक कहाणी सांगायची होती. ही कहाणी वास्तवात उतरलेली होती. अनेक ठिकाणी हे वास्तव दिसू लागलं होतं. वेताळाच्या काळात हे वास्तव नव्हतं. त्याने राजाला येताना बघितलं. तसा तो अजून दूर होता. पण त्याच्या चालण्याची ढब तो ओळखून होता. राजा जवळपास आला तशी वेताळाने आपणहून उडी मारली आणि राजाच्या खांद्याचा ताबा घेतला. अचानक वेताळ खांद्यावर कोसळला तसा राजा जरासा धडपडला. हे त्याला अनपेक्षित होतं.

'वेताळा, सबूर.'

'लवकर-चटपट पाय उचल. आपल्याला पाठलाग करायचा आहे.'

'पाठलाग? आणि कुणाचा? आणि... कहाणी?'

'सांगतोच आहे. पण आज कहाणी दाखवायची आहे.'

'असं?'

'चल, शहरातल्या त्या पथावर जायचं आहे.'

'हं... आज्ञा...'

वेताळाने सांगितलेल्या दिशेने राजा जाऊ लागला. एक उंच इमारत. तिचं भव्य अंगण आणि उंच दिंडी दरवाजा.

'हा दिंडी दरवाजा, राजमहालाच्या दिंडी दरवाजासारखा आहे.'

'ह्याला गेट म्हणतात राजा. आत चल. बाराव्या मजल्यावर...'

'बारा?'

'थांब. मीच तुला अलगद घेऊन जातो. हं, हा दरवाजा. आत डोकावून बघ.'

'कुणी पाहिलं तर?'

'नाही बघू शकणार. मी तुला आच्छादून टाकतो.'

टिपणीसांच्या घरात उदासीनता दाटून आलेली होती. अशोकचा मोठा करून आणलेला एक हसरा फोटो. फ्रेमही नुकतीच केलेली. नवी. त्याला भरघोस फुलांचा हार. समोर उदबत्ती आणि एका कोपऱ्यात टोपलीखाली तेवत राहणारं निरांजन. ते

अखंड तेवत ठेवण्याची जबाबदारी अशोकच्या काकूंनी उचललेली. दर दीड-दोन तासांनी तूप घालत राहायचं. पाहुणेमंडळी येत होती, जात होती. दर्शिल, दुर्वा येणाऱ्या-जाणाऱ्यांना भेटत होते. रमा आत बसलेली. 'आज अशोकला जाऊन अकरा दिवस झाले. उद्याचा दिवस महत्त्वाचा. आत्म्याला ह्या पृथ्वीच्या – चराचराच्या कक्षेबाहेर पाठवण्याचा. तो आत्मा जाईल का सहजासहजी? की अडकून राहील? अडकून राहील तर कशात? कुणाच्यात? आपल्यात की दर्शिल-दुर्वात? की...?'

विचारांसरशी रमा ताठ झाली. तिला आठवली ती मंजू. मंजू! अशोकची... रमाला कळेना की, अशोकची ती कोण म्हणून म्हणावं? मैत्रीण? शक्य नाही. ती अशोकची प्रेयसी असल्याचं रमाला माहीत होतं. रमा अजूनच ताठ झाली.

'काय झालं गं?'

'अं? काही नाही आई. बाहेर माणसं आहेत?'

'नाही. आत्ताच गेली.'

'कोण आलं होतं?'

'दर्शिलचे मित्र होते.'

'बरं. आई, मी जरा जाऊन येते.'

'कुठे?'

'काम आहे महत्त्वाचं.'

'असं घराबाहेर पडता नाही येणार तुला. जात नाहीत असं. जरा उद्या-परवाचा दिवस जाऊ दे. मग जा.'

'नाही. काम तितकं महत्त्वाचं नसतं तर नसते गेले, पण जायला हवं. अशोकसाठी.'

'अगं, ऐक. अशोकरावांसाठी काय?'

'तुला नाही कळणार ते.'

'हट्टी आहेस. निदान दर्शिलला तरी घेऊन जा.'

'आई, मला एकटीलाच जायचं आहे आणि तू प्लीज अशी अस्वस्थ होऊ नकोस. मी दीड-दोन तासांत परत येईन.'

'अगं कुणी बघितलं तुला... सोसायटी-समाज, काय म्हणतील लोक?'

'मला कुणाचीही पर्वा नाही.'

रमा निघाली. वेताळाने राजाला तिचा पाठलाग करायला सांगितलं.

रमाने टॅक्सी पकडली. बोरीवलीचा पत्ता दिला आणि ती शांत बसून राहिली. एक-एक प्रसंग डोळ्यांसमोर तरळू लागला. अशोकमध्ये होत जाणारा बदल प्रथम कधी जाणवला, हे तिला आत्ता आठवेना. तशी तो निश्चितच खबरदारी घेत होता.

पण कधी ना कधी माणूस बेसावध होतोच. जेव्हा संशय आला तेव्हा रमाला स्वत:च आश्चर्य वाटलं. चार सर्वसामान्य बायकांप्रमाणे आपणही संशयी आहोत? या विचारांनी ती खजील झाली होती. नंतर तो संशय नसून वस्तुस्थिती आहे हे समजलं. पण आपण चार सर्वसामान्य बायकांप्रमाणेच आक्रस्ताळेपणा केला नाही ह्याचं तिला समाधान वाटलं आणि नंतर बोलू केव्हातरी असं म्हणता-म्हणता राहूनच गेलं आणि आता तर विषयच संपला. रमाने नकळत उसासा सोडला.

घर शोधायला जरा वेळ लागला पण मिळालं. मंजू घरात असेल ना, असा विचार करतच तिने बेल वाजवली. दार उघडलं गेलं. समोरची स्त्री मंजूच असावी असं वाटेपर्यंत प्रश्न आला...

'तुम्ही?'

'आत येऊ का?'

'अं? हो. या. या ना.'

'थँक यू.'

'बसा.'

'मला इथे आल्याचं बघून तुला आश्चर्य वाटतंय ना? दिसतंय ते चेहऱ्यावर.'

'अं. म्हणजे हो.'

'बस ना. अगदी आरामशीर बस.'

'तुम्ही इथे?... मला वाटलं नव्हतं की तुम्ही माझ्या घरी...'

'मलाही वाटलं नव्हतं की, कधी काळी मी तुझ्याकडे येईन म्हणून. छान आहे घर. कलर कॉम्बिनेशन, हा सोफा, इव्हन ही शोकेस... तू माझ्या घरी येऊन गेल्येस ना?'

'अं. एक-दोनदा...'

'मी नव्हते घरी. टूरवर गेले होते. मला फिरायला खूप आवडतं. नवे देश, प्रदेश, नवी माणसं, निसर्ग – हे सगळं बघायला आवडतं. वर्षातून एक ट्रिप नक्की करते. नवीन ओळखी होतात. स्वभाव समजतात माणसांचे... अशोकला हे असं काही आवडायचं नाही... पण मी घरात असताना जरी आली असतीस तरी चाललं असतं. स्वागतच केलं असतं मी.'

'मलाही चाललं असतं, पण ते कधी म्हणाले नाहीत ये म्हणून.'

'मी गेल्यावर म्हणजे टूरवर गेल्यावर म्हणाले का ते ये म्हणून? तू माझ्या घरातलं फर्निचर बघितलं असशीलच. रंगसंगतीही बघितली असशील. खूप साम्य आहे नाही दोन्ही घरांत?'

'तुम्ही हे बोलायला आला आहात?'

'छे छे! तुझं घर बघेपर्यंत मला कुठे माहीत होतं की, तुझ्या घरातही सगळं

तसंच आहे जसं माझ्या घरात... जाऊ दे. मला जरा शांतता हवी होती. घरात सतत माणसं, नातेवाईक, कंटाळा आला. काहीही झालं म्हणजे प्रसंग कसलाही असो, प्रत्येकाची पोटं सांभाळावीच लागतात. सकाळ-दुपार-संध्याकाळ सतत तेच. भाजी काय करायची नि पोळ्या किती लागतील? कंटाळले त्या गोंगाटाला आणि बाहेर पडले. आई नाहीच जायचं असं म्हणत होती. पण मला थोडी स्पेस हवी होती. बाहेर पडल्यावर प्रथम जाणवलं ते ऊन. गेले दहा दिवस त्या उन्हाची ओळख विसरले होते. मग वाटलं कुठे ह्या उन्हात वणवण फिरायचं? तू आठवलीस. आले. तुझ्या घरात शांतताच असणार हे माहीत होतं.'

'मी घरातच असेन हे कसं वाटलं?'

'कुठे जाणार तू ह्या दिवसांत?'

'तुम्ही नाही बाहेर पडलात? तशीच मीही...'

'नाही. शक्य नाही. खात्री होती.'

'विचित्र आहे हे तुमचं वागणं. तुम्हाला नाही वाटत तसं?'

'छे! अजिबातच नाही. शांतता हवीशी वाटणं ह्यात विचित्र काय? जरा पाणी आणतेस? पाण्याची बाटली विसरले बघ घाईघाईत.'

'आणते. साधंच हवं ना की...? फ्रिजचं पाणी तुम्ही पीत नाही – हो ना? आणि माझ्याकडे माठ नाही.'

'बरोबर. तुम्हा दोघांना फ्रिजचं पाणी हवं असणार. अशोकला तर बर्फासारखं गार पाणी हवं असायचं. पाण्याची बाटली फ्रिजचं दार उघडून घ्यायची. दार उघडंच ठेवायचं. तिथेच उभ्या उभ्या बाटलीचं झाकण उघडायचं आणि बाटली सरळ तोंडाला लावायची. निम्मी बाटली संपवायची. झाकण अर्धवट कसंबसं लावायचं. बाटली तशीच आपटायची आणि फ्रिजचं दारही... कित्ती वेळा सांगितलं असेल अशोकला की, उष्टी बाटली पुन्हा आत ठेवू नकोस. अनवधानाने कुणा पाहुण्यांना त्यातलंच पाणी कुणी दिलं तर? पण नाही. मरेपर्यंत त्याची ही सवय काही गेली नाही. माहीत नाही मला किती जणांनी ते उष्टं पाणी प्यायलं असेल.'

'काय बोलता हे? माणूस गेला तो... आणि...'

'पाणी आणतेस ना? घसा कोरडा पडलाय माझा.'

'घ्या... पाणी'

'ग्लासही सारखेच?'

'आम्ही एकत्रच घेतले होते...'

'तरीच. दे. किती वेळ ग्लास हातात धरून उभी राहणार आहेस?'

'सॉरी. घ्या.'

'तू एकटीच राहतेस इथे?'

'तुम्हाला माहीत नाही?'

'थोडंसं. संपूर्ण नाही.'

'मी एकटीच राहते. डिव्होर्स झाला आहे माझा. चांगली नोकरी आहे मला म्हणून ठीक आहे. कुणावर अवलंबून जगावं लागलं नाही.'

'अवलंबून जगणं हे केवळ पैशांच्या दृष्टिकोनातूनच असतं का?'

'ते तर मुख्य! पैसा हवाच. तो नसता तर डोक्यावर छप्परही नसतं. मी माझ्या पैशांनी हे घर घेतलं आणि म्हणूनच...'

'तुम्ही डिव्होर्स व्हायच्या अगोदर इथेच राहत होतात. 'नवरा-बायको' म्हणून?'

'हो. म्हणूनच त्याला हाकलून देता आलं. माझ्या मिळकतीतलं, माझ्या नावावरचं घर आहे.'

'जरा खाजगी प्रश्न विचारते.'

'का?'

'अधिकार आहे माझा तसा असं समज. का झाला डिव्होर्स?'

'तो बाहेरख्याली होता. हातोहात फसवायचा मुलींना. मला मारायलाही कमी करायचा नाही.'

'तुझे-त्याचे नातेवाईक नाही आले समजवायला त्याला?'

'आले ना. सर्वांनी हरतऱ्हेने समजावलं. धमक्या दिल्या. पण... नशीब माझं की मी मूल होऊ दिलं नाही. माझ्या बरोबरीने त्याचेही हाल झाले असते.'

'मग पुढे?'

'पुढे काय? तेव्हापासून इथे राहते. एकटी.'

'तरुण वयात असं एकटीने राहाणं...'

'आईबाबा सांगत होते, घर विकून टाक. माहेरी ये. पण तिथे राहायला गेले असते तर माझं काहीच महत्त्व राहिलं नसतं. भावाचा संसार बघत, त्याची मुलं सांभाळत बसले असते. मिंधेपणा नको होता मला.'

'खरं आहे. तरीही...'

'तुम्हाला जे काही म्हणायचं असेल ते सरळ-सरळ सांगा. मला माझा भूतकाळ विनाकारण आठवायचा नाही आहे आणि माझी तशी मन:स्थितीही नाही आहे.'

'मी बोलायला कचरत्ये असं वाटतंय का तुला? तसं असतं तर इथे आलेच नसत्ये.'

'बोलून टाका ना मग. कशाला उगीचच इतका मोठा फेरफटका?'

'पैशांनी अवलंबून नव्हतीस, नाहीस हे कबूल. पण भावना? मन? इच्छा? वासना? सरळ-सरळ सेक्स असं म्हणते. त्यासाठी लागतंच ना कुणीतरी?'

'स्पष्टच बोलते. मलाही बरं वाटेल. मोकळं वाटेल. होते अवलंबून. माणूसच

आहे मी. भावभावना नाहीत, नव्हत्या असं कसं म्हणू? मला माझ्यासाठी हवं होतं एक माणूस. तसे तर अनेक भेटत होते. वखवखलेले. सोसायटीतले, ऑफिसमधले. अगदी नात्यातलेसुद्धा. पण मला साथ हवी होती ती वखवखलेली नाही. मला विचारांची समृद्धी हवी होती. कलासक्त मन असणाऱ्या माणसाची साथ हवी होती.'

'आणि तुला ती मिळाली.'

'हो. पण मिळवायचीच हा हेका नव्हता. इच्छा होती आणि माझ्या एकटीच्या इच्छेने काय होणार? प्रतिसाद हवा तर त्या इच्छेची पूर्तता होणार.'

'वा! छान प्रतिसाद मिळाला तुला.'

'हो. पण...'

'अशा नात्यांमध्ये 'पण' असतोच. इच्छा पूर्ण झाली असं वाटतं. जितका सहवास मिळतो त्यात समाधान मानावं, अशी उदात्तता दाखवली जाते. पुढे, कालांतराने तो काळ अपुरा वाटू लागतो. अजून सहवास हवा ही हाव सुटते, पण बंधनं असतात. मग त्याची भरपाई ह्या अशा वस्तूंनी – म्हणजे हा ग्लास, सोफा, शोकेस-रंग... आणि बरंच काही. ह्या भरपाईचा अखेरचा बिंदू म्हणजे पलंग!'

'तुम्ही...'

'सत्य आहे हे. तुला एक गंमत सांगते. तू माझं घर बघितलंस. घराचा रंग. ती रंगसंगती माझी. तो माझा हट्ट. पण अशोकला अगदी अमान्य होता माझा चॉइस, माझं कलर-कॉम्बिनेशन. किती वाद-भांडणं. पण जेव्हा काम पूर्ण झालं. वस्तूंनी आपापल्या जागा घेतल्या. तेव्हा जो तो म्हणू लागला, 'काय सुरेख दिसतंय घर!''

'खरं? माझा विश्वास नाही बसत. ते मला म्हणाले होते की, ते कलर-कॉम्बिनेशन त्यांचं होतं म्हणून. इथेही असं घर रंगवायचं हा त्यांचाच अट्टहास...'

'त्याला नेहमीच क्रेडिट घ्यायला आवडायचं. सर्व काही 'मी!''

'मला नाही तसं वाटत आणि जर तसं असेल तरी ते योग्यच होतं. ते केपेबल होते. वर्थ! ऑफिसात साहेबांना त्यांनी अनेकदा वादात गप्प केलेलं मी स्वत: बघितलं आहे. तुम्हाला हे घरात बसून समजणं शक्य नाही.'

'बरोबर आहे. कारण घरातले युक्तिवाद आणि ऑफिसमधले युक्तिवाद ह्यांत फरक असतोच. पण त्यावरूनच मी ताडू शकते की, अशोक ऑफिसमध्ये कसा वागत असेल.'

'नाही. अंदाज चुकतोय तुमचा. साधं, माझंच उदाहरण सांगते. एकदा मला खूप बरं नव्हतं. मी तसं इनफॉर्म करू शकले नाही ऑफिसात. घरात कुणीच नव्हतं. आईबाबाही गावी गेले होते. साधं डॉक्टरांकडे जाण्याचंही त्राण नव्हतं. न कळवता आठ दिवसांची लीव्ह म्हणून ॲक्शन घेणार होते बॉस. पण त्यांनी माझी बाजू मांडली आणि...'

'अशोकला तू आजारी असल्याचं कसं कळलं?'

'दोन दिवस मी नाही ऑफिसात हे त्यांना समजलं. फोनही बंद होता माझा. नंतर जरा बरं वाटलं म्हणून मी फोन ऑन केला आणि नेमका त्यांचा फोन आला. सर्व परिस्थिती समजल्यावर रोज येत होते. औषधं-फळं-सूप... रोज काही ना काही आणायचे.'

'म्हणजे तुझं आजारपण – तुमच्या नात्याची सुरुवात ठरली. एक मिनिट – हे तू सात वर्षांपूर्वीचं सांगत आहेस का?'

'बरोब्बर सात वर्षं दोन महिन्यांपूर्वीचं.'

'म्हणजे दुर्वा आजारी होती तेव्हाची गोष्ट. लहानशी दुर्वा. माझ्या हॉस्पिटलच्या खेपा चालू होत्या. दर्शिल अजूनच लहान. त्याला सांभाळायचं, घर सांभाळायचं, अशोकलाही – त्याचं जेवण वगैरे आणि दुर्वा. रात्र रात्र हॉस्पिटलमध्ये तिला मांडीवर घेऊन जागत होते. पोरगी हातातून जाते की काय, असं वाटत होतं. अशोक सकाळी यायचा. तेवढी माझी सुटका. मग घरी जायचं, दर्शिलचं बघायचं, जेवण-अंघोळ वगैरे आटपायचं, दर्शिलला आईकडे न्यायचं की पुन्हा हॉस्पिटल... दुर्वा बरी झाली, वाचली, पण मेंदूपर्यंत भिनलेला ताप जाताना तिची श्रवणशक्ती घेऊन गेला. माझी दुर्वा कायमची बहिरी...'

'काय सांगता?'

'मग माझं आणि दुर्वाचं एक वेगळं जग तयार झालं. कालांतराने त्यात दर्शिलही सामावला.'

'ते काही बोलले नाहीत कधी.'

'त्याच्याकडे वेळ कुठे होता? अशोक अगदी वाईट आहे असं मी म्हणत नाही गं. पण जेव्हा माझ्या घराला त्याची आत्यंतिक गरज होती त्यावेळेला त्याची गरज तू बनलीस आणि त्याची हाव वाढत गेली. ही मीटिंग – ती कॉन्फरन्स – पर्सनल केबिन, शोफरसकट कार! आणि तुझं खरंच कौतुक वाटतं मला. साधी क्लार्क होतीस, पण केवढी मोठी झेप घेतलीस – 'पर्सनल सेक्रेटरी!''

'मी... म्हणजे... मला.'

'चूक तुझी नाहीच. मीच चुकले. दुर्वामध्ये इतकी गुंतले की, अशोकच्या तारुण्याची भूक भागवण्याचं भान आणि त्राण दोन्ही हरवून बसले. मीही नोकरी करत होते. उत्तम जॉब होता. वैचारिक भूक भागवू शकणारा. स्वत:ला सिद्ध करू शकेन असा. पण सोडला जॉब. तुला खोटं वाटेल, आजही जर मी विचारलं की 'जॉइन होऊ का?' तर माझ्यासाठी स्वतंत्र केबिन तयार असेल. मलाही वाटतंय की विचारावं. मुलं मोठी झाली आहेत. दुर्वाला तयार केलं आहे मी. ती तिची काळजी घेऊ शकते. मलाही आता माझं स्वत:चं विश्व असावं असं वाटू लागलंय.'

'इतक्या उशिरा?'

'हो. उशीर झाला आहे. पण का वाटू नये? आत्तापर्यंतचा हा माझा एकाकी प्रवास. चिडायची, आदळआपट करायची. वाटायचं, दुर्वा ही माझी एकटीची जबाबदारी आहे का?'

'पण तेही काळजी घ्यायचे. मला त्यांनी तसं किती वेळा सांगितलं. खूप कष्टी व्हायचे. अपंगत्व असलेली सुंदर मुलगी! दुःखाने उन्मळून पडायचे. रडायचे.'

'मग तू त्याला धीर द्यायचीस. थोपटायचीस. कुशीत घ्यायचीस. हो ना?'

'भावना असलेली कुठलीही स्त्री असंच करेल. जिला दुसऱ्याचं दुःख जाणवतं, अशी!'

'मीही भावना असलेली स्त्रीच आहे – दगड नाही.'

'असं नव्हतं मला म्हणायचं. पण तुम्ही तसा आधार नाही... देऊ...'

'आधार म्हणजे नक्की काय? मला आधार नको होता?'

'आधार म्हणजे...'

'आधाराच्या नावाखाली शृंगार!'

'नाही – तसं नाही – म्हणजे. हो – पण, साधं नीटनेटकं राहणं हेही महत्त्वाचं असतं अशावेळेस! फ्रेश राहणं. त्यांची येण्याची वेळ, त्यावेळेस घर कसं स्वागत करणारं हवं. हसरा चेहरा, हलकासा मेकअप, एखादी छानशी डिश – बस्! इतकीच तर अपेक्षा असते. दिवसभर ऑफिसातल्या कटकटी, पॉलिटिक्स, प्रेशरने दमलेल्या जिवाला चैतन्य मिळतं ते ह्या साध्याशा गोष्टींमधून. का नाही जमलं तुम्हाला?'

'खरं आहे. नाही जमलं. मनाने खचलेल्या मुलीला मानसिक उभारी देण्यातच मी खचून गेले. थकून गेले. हे थकणं तुला कळायचं नाही. सतत तिला सावरायचं. प्रेम दर्शवायचं, तिला विश्वास द्यायचा की तू आम्हाला हवी आहेस. तिची शाळा, अभ्यास आणि हळूहळू हरवत जाणारे तिचे शब्द! डॉक्टर्स, ट्रीटमेंट्स – ह्या सगळ्यात माझं प्रफुल्लित राहणं हरवलंच. आणि हे सर्व करत असताना दर्शिलला सांभाळणं. तिचे लाड जास्त होत नाहीयेत ना दर्शिलपेक्षा, ही सतत काळजी घेणं. त्याचंही अस्तित्व हवंसं आहे हे त्याला जाणवून देत राहणं. त्यात अशोक – दाढी करेल तर साबणाने भरलेला दाढीचा ब्रश तसाच बेसिनवर ठेवेल. ओला टॉवेल बेडवर टाकून जाईल. बुटातले दिवसभर वापरलेले घामट-वास पसरवणारे मोजे आपण काढायचे आणि नवीन मोजे बुटात ठेवून द्यायचे. अंथरुणाची शिळी घडी आपणच घालायची. अबोल मुलीने एकदा जीव टांगणीवर लावला होता. गिझर ऑन करून बादलीत गरम पाणी सोडून दिलं. ब्रेकफास्ट करायचा होता. मी गॅसपाशी आणि एकदम विचित्र ओरडणं कानांवर पडलं. तशीच धावले. दुर्वाने गरम

पाणी अंगावर ओतलेलं. पोरगी भाजली. अशोकला हाक मारत होते. अशोकऽऽ
पण तोपर्यंत तो घराबाहेर पडलेला – ब्रेकफास्ट तयार नव्हता तर...'

'आठवतंय. खूप भुकेले आले होते. मी विचारलंही, 'उपाशी का आलात?' ते
म्हणाले होते, 'हे आता नेहमीचंच झालं आहे.''

'अशा अनेक गोष्टी – नेहमीच्याच...'

'तुम्हाला केव्हा कळलं माझ्याबद्दल?'

'झाले कित्येक महिने – वर्षंही.'

'मग तेव्हाच का नाही भेटलात मला?'

'काय करणार होते भेटून? सिंपथी मिळावी म्हणून अशोकने काय काय
सांगितलं असणार तुला माझ्याबद्दल...'

'फार एकटा आहे मी... असं.'

'घराशी एकरूप होता न येणारा माणूस एकटा... पण एकटा का, तू होतीस
ना.'

'तुम्ही आत्ता हे का सांगताय मला?'

'एकच कारण. तुला माझीही बाजू समजावी. माणसाला आपलंही कुणीतरी
ऐकावं असं वाटतंच. ते ऐकणारा श्रोता तुझ्यासारखा असला तर नक्कीच बरं
वाटतं.'

'तुम्ही उशीर केलात. तुम्ही काहीही सांगितलंत तरी आता माझं मन बदलणार
नाही. ते माझ्या हृदयात अगदी खोलवर...'

'तिथेच ठेव त्याला. असू देत तिथेच. मी तुझं मन, मत बदलावं म्हणून हे
सांगत नाही आहे. कारण तू बघत आलीस तो पुरुष कायम प्रेझेंटेबल होता. तो
तुझ्यासमोर तसाच राहावा. माणसं अन्प्रेझेंटेबल केवळ स्वत:च्या हक्काच्या घरात
असतात, राहतात.'

'म्हणजे?'

'सोपं आहे. त्यासाठी तुला तुझा नवरा आठवावा लागेल. त्याच्या डे-टु-डे
लाइफमधल्या सवयी, खाण्याची पद्धत, झोपण्याची पद्धत आठव. तू त्याच्यासाठी
फ्रेश असायचीस का? जे मला सांगितलंस ते ते तू करायचीस का?'

'माझा प्रश्न वेगळा...'

'सर्व सारखंच असतं. आता मी म्हणू का की, तू तशी नसायचीस म्हणून तो
बाहेरख्याली झाला?'

'पुरे.'

'का? बरं राहू दे.'

'तुम्ही निघताय ना?'

'जाणारच आहे. पण तू इथे एकटी आहेस म्हणून आले.'

'ते तर माझ्या नशिबातच आहे.'

'म्हणूनच मी आले. मी घरातल्या गोंगाटाला, पाहुण्यांना कंटाळून नाही बाहेर पडले. तुझ्यासाठी आले. तुझं सांत्वन करायला आले. माझ्या घरी माणसांची रीघ लागली आहे. पण तुझ्याकडे कुणीही येणार नाही, हे जाणून आले. खरंच विश्वास ठेव माझ्यावर.'

'नाही बसत.'

'अशोकची एक गंमत सांगते. तुझ्याबरोबर असायचा. घरी आला की काही ना काही थाप मारायचा. मी 'बरं' म्हणायचे. त्याला वाटायचं, तो जे काही सांगतोय त्यावर माझा विश्वास बसतोय. पण मला मात्र सगळं समजायचं. कसं? एवढंच विचारू नकोस. प्रत्येक स्त्रीकडे एक वेगळा आतला आवाज असतो. तो मला सांगायचा – अशोक थाप मारतोय. एक खेळच झाला होता तो – लपंडाव. तो खेळ आता संपला. म्हणून मग खेळातल्या लपलेल्या भिडूला शोधत इथे आले. साई सुट्यो. अशोक तर गेला; मग विचार आला की आता तुझं काय होईल?'

'सवय झाल्ये हो त्यांची. त्यांच्याशिवाय जगणं... मला माहीत होतं, मी चुकत आहे. त्यांना त्यांचं कुटुंब आहे, पण तरीही गुंतत गेले. खूप मनस्ताप सहन केला. त्यांना अडवायचे. ते तुमच्या बरोबर जात आहेत असं कळलं की, अबोला धरायचे. हातातून निसटतील ही सतत भीती.'

'रडून घे. मोकळी हो. अगदी मोकळेपणाने रड.'

'तुम्ही खरंच फार मोठ्या मनाच्या...'

'नाही – मी साधीच आहे. सर्वसामान्य आहे, पण एक गोष्ट सत्य आहे. लग्न करून घरी आणलेल्या स्त्रीलाच शेवटी समाजात स्थान मिळतं. मान मिळतो. लग्नबाह्य संबंधांना कुणीही मान्यता देत नाही. शंभरापैकी ऐंशी टक्के स्त्रियांचे असे संबंध निर्माण झाले असतील आणि मोडले असतील. भांडणं करून, खून करून अथवा नैसर्गिक मृत्यूमुळे. मृत्यू पावलेल्या व्यक्तीचं दुःख निदान उराशी कवटाळून तरी धरता येतं, पण इतर प्रसंगी? केवळ मानहानी – आधी असामान्य वाटणारी व्यक्ती कालांतराने अतिसामान्य वाटू लागते. मग ते ओझं उतरवताही येत नाही आणि मिरवताही येत नाही. अशोक गेला आणि तुझी ह्या ओझ्यातून सुटका झाली.'

'तुम्ही असं म्हणताय?'

'मग काय म्हणू? तुला काय वाटतं? मला दया दाखवणारे, मदतीचा हात पुढे करणारे कमी भेटले का? अहंकार नाही पण मला माहीत आहे मी सुंदर आहे. माझा बांधा दोन बाळंतपणं होऊनही सुडौल आहे. मलाही 'नवरा बाहेरख्याली' असं म्हणणारी माणसं भेटली आहेत. पण तरीही माझा तोल आणि डौल डळमळला

नाही. असू दे. काळजी घे. मी जाते आता. ह्यापुढे आपली भेट कधीही होणार नाही आणि तूही सावर आता. रडून झालं ना तुझं? निघते... आणि हो. उद्या अशोकचा आत्मा ह्या परिघाबाहेर पाठवायचा आहे. त्याला असं रडत राहून अडवू नकोस. मोकळं करून टाक.'

'आणि तुम्ही – तुम्ही त्यांना क्षमा...'

'माझ्या लेखी तो कधीचाच परिघाबाहेर गेला होता...'

परतीच्या प्रवासात राजा सुन्न झाला होता. वेताळ काहीबाही विचारत होता. राजाला ते ऐकूच जात नव्हतं. एखादं धुणं दोरीवर टाकावं तसं त्याने वेताळाला जंगलातल्या झाडावरच्या फांदीवर टाकलं आणि तो राजवाड्याची वाट तुडवू लागला.

औट घटकेचं राज्य

वेताळ बेचैन होता. मानवनिर्मित स्पर्धांनी त्याला बेचैन केलं होतं. काही बदल जर व्हायचाच असेल तर तो केवळ राजा विक्रमादित्याच्याच प्रयत्नांनी होईल ह्याची त्याला शाश्वती होती. प्रजेच्या उन्नतीसाठी सातत्याने कार्यरत असणाऱ्या राजा विक्रमादित्याला एव्हाना वेताळाने मित्र मानला होता. परंतु हे सर्व मनातल्या मनात! भुतालाही मन असतं हे वेताळ सांगत असलेल्या अनेक सत्यकथांमधून स्पष्ट होत असल्याची वेताळाला शाश्वती होती. म्हणूनच तो बेचैन होता.

विक्रमादित्यासारखा राजा लाभलेल्या प्रजेला खरंतर भरकटायला का व्हावं हाही यक्षप्रश्न वेताळाला बैचेन करत होता आणि लगेचच त्याला जाणवलं की आता सत्ता राजाची नाहीये, तर जनतेची आहे. आता राजा – नाममात्र राजा राहिला आहे. वेताळाला जाणवलं की, आता फक्त तोच राजासाठी मित्र म्हणून उरला आहे, पण राजाला हे अजूनही ज्ञात नाही. म्हणूनच तो आजही आपला हट्ट सोडत नाही. नित्यनेमाने येतो, आपल्याला म्हणजेच ह्या प्रेताला ह्या झाडावरून खेचून घेतो आणि स्मशानाची वाट धरतो. ठीक! असं तर असंच! हा बघ, मी झालो तुझ्या खांद्यावर आरूढ! चल आता! आणि ऐक एका तरुण मुलाची वाताहत. असेलच काही उपाय तर सांग मला. निदान माझी ही बेचैनी तरी नष्ट होईल. नष्ट नाही – तर निदान कमी तरी होईल. तुझं मौन तोडणं एवढंच साध्य राहिलं नाही, हे सत्य आहे. तुझ्या डोक्याची सहस्त्र शकलं करण्यात आता मला तीव्र वेदना होतील. तरीही युगानुयुगांचा हा परिपाठ, तो मोडणं, हे माझ्या शक्तीबाहेरचं आहे.

'राजा विक्रमादित्या, ऐक!'

आणि वेताळाने त्याच्या कथेस प्रारंभ केला.

'कौस्तुभ, परवापासून ऑडिशनला सुरुवात होत्ये. सर्व तयारी झाल्ये ना? सरांना सांगितलं आहेस ना यायला बरोबर? कुठलं गाणं म्हणायला सांगितलं त्यांनी शेवटी? तू आपली पाच-सहा गाणी तयार ठेव. एक भजन, एक भक्तिगीत, एक मेलडी साँग, एक क्लासिकल, एखादी कव्वाली... अरे, तुझ्याशी बोलतेय मी. लक्ष

आहे ना?' ऊर्मिला कौस्तुभकडे वळली आणि मग तिच्या लक्षात आलं की, आत्तापर्यंत केलेली सगळी बडबड फुकट गेली. कौस्तुभने इयर फोन्स लावले होते. उर्मिलाला समाधान वाटलं. पोरगा भरपूर मेहनत घेतोय. जर ह्याने अशीच मेहनत घेतली तर नक्कीच 'व्हॉइस ऑफ यंगस्टर्स' या स्पर्धेत पहिला येणार! ती हसली आणि तेव्हा नचिकेत स्वयंपाकघरात आला. डायनिंग चेअरमध्ये मग्न होऊन गाणं ऐकत बसलेल्या कौस्तुभला बघून त्याला आनंद झाला. पोरगा वडिलांचं नाव रोशन करणार! कुठून कसाकाय हा पोरगा गाऊ लागला? नचिकेतला प्रश्न पडला. तो ऊर्मिलाला तसं म्हणालाही, 'काय गं ऊर्मि? ह्या पोराला हे गाण्याचं वेड लागलं तरी कुठून? मला तर साधा साऽऽ ही लावता येत नाही आणि तुला फक्त तारस्वरात बोलता येतं!'

'कर-कर चेष्टा! पण ही कला आमच्या केतकर घराण्यातलीच. माझ्या आजोबांचे चुलत काका अगदी सुरेख ओव्या म्हणायचे म्हटलं!'

'ओव्या?'

'हो. का? म्हणू नयेत?'

'म्हणाव्यात की!'

'तुमच्या भणगे घराण्यात...'

'समजलो. मान्य! पण उगीचच भणगे कुटुंबावर ताशेरे मारू नकोस. ए-ए कौस्तुभ – '

'त्याला डिस्टर्ब करू नका. भजन ऐकत असेल तो – जे परवा म्हणणार आहे.'

'भजन? जरा इथे ये. त्याच्या शेजारच्या खुर्चीवर बस.'

'कशाला? माझी पोळी करपेल.'

'गॅस बंद कर नि बस.'

'अरे हे काय?'

'ऐकलंस? चिरंजीव इंग्लिश रॉक म्यूझिक ऐकत आहेत.'

ऊर्मिला तडकलीच! परवावर ऑडिशन आल्या आणि हा इंग्लिश गाणी ऐकत बसलाय, तेही इतक्या मोठ्या आवाजात की ऊर्मिला आणि नचिकेत त्याच्या शेजारच्या खुर्चीत बसलेत तरी त्यांना ऐकू येत होतं. ऊर्मिलाचं तडकणं स्वाभाविक होतं. तिने खसकन् त्याच्या कानात खुपसलेले हेड फोन्स खेचून काढले. कौस्तुभ दचकला. चिडला. ओरडला.

'हे काय?'

'तू काय ऐकतोयस?'

'अरे पण म्हणून असं खेचतेस? ते तुटलं असतं ना आणि दुखलंही मला.'

'तू काय ऐकतो आहेस?' प्रत्येक शब्दावर जोर देत ऊर्मिला म्हणाली.

'गाणी ऐकतोय,' कौस्तुभचा थंड प्रतिसाद.

'कुठली?'

'तू ऐकलंस ना? इंग्लिश.'

'का?'

'सहज!'

'तुला माहित्ये ना, परवा तुझी ऑडिशन आहे. ह्या स्पर्धेत असंख्य मुलं-मुली भाग घेणार. त्यातला तूही एक. इतक्या मोठ्या स्पर्धेत टिकाव लागायला हवा असेल, तर तुला सतत तू जे गाणार आहेस तेच ऐकायला हवं आणि गायला हवं. रियाज करायला हवा.'

'करतोच आहे ना? चोवीस तास मी काय भजन म्हणत राहू काय?'

'तसं मी कुठे म्हटलं? नचिकेत, तू तरी सांग ह्याला काहीतरी!'

'मला कुणीही काहीही सांगायला नकोय. मी रियाज व्यवस्थित करतोय. जरा चेंज म्हणून काही वेगळं ऐकत होतो तर झाली तुझी कटकट सुरू.'

कौस्तुभ ब्रेकफास्ट न करताच खुर्चीवरून उठून त्याच्या बेडरूमध्ये गेला. धाडकन् दार आपटलं. इथे दोघंही एकमेकांकडे बघत बसले.

दहा-पंधरा मिनिटांतच आतून सुरेल भावगीताचे सूर कानांवर आले. हार्मोनियमची साथ आणि कौस्तुभचा मधाळ आवाज!

दोघं तल्लीन होऊन ऐकू लागले, 'ह्या फुलांच्या गंधकोषी...'

पहाटे पहाटे पूजा करून देवाला, आई-वडिलांना नमस्कार करून कौस्तुभ बाहेर पडला. सरांच्या दारात उभा राहिला. सरांना एवढ्या पहाटे रियाज करताना ऐकून तो दाराशीच खोळंबला. त्या प्रसन्न भूपाळीने त्याला हरवून टाकलं. तो भान हरपून ऐकत होता. सच्चा सूर कसा असतो हे त्याला नव्याने उमगल्यासारखं वाटलं. अनवधानाने त्यानेही त्याचा सूर त्या सुरात मिसळवला. किती वेळ गेला? सूर थांबले. कौस्तुभने दार ठोठावलं. प्रसन्न मुद्रेने तो सरांना भेटला. नमस्कार केला, आशीर्वाद घेतला.

स्पर्धकांची रांग बघून कौस्तुभला आश्चर्य वाटलं. इतके गायक-गायिका मुंबईत आहेत? सक्काळी सात वाजता एवढी मोठी लाइन? म्हणजे हे स्पर्धक इथे आले तरी किती वाजता?

ऊर्मिला आणि नचिकेतही कौस्तुभबरोबर उभे राहिले. दहा वाजता ऑडिशन सुरू होणार होती. तीन तास काय करायचं? पुढे-मागे उभ्या असलेल्या मुलांशी हळूहळू गप्पा सुरू झाल्या. कुणी वाशीहून, कुणी पनवेलहून, कुणी विरारजवळच्या

एका खेड्यातून. कुठून कुठून मुलं आलेली. सगळेच जिंकण्यासाठी, आपण उत्तम गातो ह्या विश्वासाने आले होते.

आणि ऑडिशनला सुरुवात झाली. मुंगीच्या पावलाने रांग पुढे सरकत होती. उन्हाची, घामाची, भुकेची पर्वा न करता.

नचिकेत कौस्तुभला बेस्ट लक देऊन कधीचाच ऑफिसला निघून गेला होता. ऊर्मिला कौस्तुभला थर्मासमधली घरून करून आणलेली गरम कॉफी दर तासागणिक देत होती आणि कौस्तुभ आत गेला. तिने मनातल्या मनात सिद्धिविनायकाला दंडवत घातला. २१ दुर्वांच्या जुडीचा हारही घालेन असंही सांगितलं. आणि श्रीसिद्धिविनायक २१ दुर्वांच्या जुडीच्या हाराची वाट बघू लागले, कारण कौस्तुभ ऑडिशन पास झाला होता. नाचत उड्या मारत येणारा हसरा कौस्तुभ बघून ऊर्मिला आनंदाने फुलून आली. खटाखट मोबाइलची बटणं दाबली गेली. नचिकेतच्या ऑफिसमध्ये ही बातमी वाऱ्यासारखी पसरली.

...आणि सुरू झाले अखंड मेहनतीचे दिवस. तासन्तास रियाज! आणि फक्त रियाज! ती जीवघेणी प्रतीक्षा, रेकॉर्डिंग, शूटिंग, एक्सपर्ट्सच्या कॉमेंट्स! आणि हरएक एपिसोडला बदलत जाणारं व्यक्तिमत्त्व! नवीन हेअर स्टाइल, रंगवलेले केस, गाण्याप्रमाणे बदलत जाणारे कपडे! मुंबईभर आणि प्रत्येक शहरातून झळकणारे मोठे-मोठे बॅनर्स आणि बॅनरवरचा स्वत:चा फोटो!

ऊर्मिला-नचिकेतचा भाव वधारला. सतत घणघणणारा फोन, पाहुण्यांची वर्दळ, सोसायटीतल्या लोकांनी केलेलं कौतुक. एक अनाहूत हुरहुर!

...आणि एक दिवस मोठ्ठाली व्हॅन दाराजवळ येऊन उभी राहिली. मागोमाग होंडा ॲकॉर्ड आणि त्यामधून उतरणारा कौस्तुभ! संपूर्ण माटुंगा त्या सोसायटीच्या गेटजवळ जमलेलं. हीऽऽऽ गर्दी. त्या गर्दीतून वाट काढत खांद्यावर कॅमेरा सांभाळत कौस्तुभची लोकप्रियता टिपणारे चॅनेलवाले. फ्लॅश-फ्लॅश-फ्लॅश – चहूबाजूंनी फ्लॅश! कौस्तुभ उतरताक्षणी त्याला उचलून घेणारं त्याचं मित्रमंडळ. नुसता जल्लोष! सेमी फायनल्स होण्याअगोदरचा त्याचा हा जयजयकार!

ऊर्मिला, नचिकेतला धन्य धन्य झालं. दोघंही मनात म्हणत होते, 'अरे त्याला आता आमच्यापर्यंत पोहोचू द्या. आम्हाला अगदी कडकडून भेटायचं आहे त्याला. कित्ती दिवसांनी पोरगा घरी येतोय!'

आणि मग कौस्तुभचं घराच्या दारात झालेलं स्वागत! ओवाळणं, दृष्ट काढणं. त्याच्या गळ्यातल्या हारांवर एक क्लोजअप! एक क्लोजअप ऊर्मिलाचा डोळे भरून

आलेले असतानाचा आणि एक क्लोजअप नचिकेतचा, मोठ्या समाधानाचा! मग मुलाखत –

'तुम्हाला आज कसं वाटतंय?'

'हे आम्ही शब्दांत सांगू शकत नाही.'

'कौस्तुभ सेमी-फायनल्सपर्यंत पोहोचेल, अशी तुम्हाला अपेक्षा किंवा खात्री होती का?'

कॅमेरा उर्मिला-नचिकेतवर.

'हो. नक्कीच.'

'कौस्तुभचे सर त्याच्या ह्या यशाबद्दल समाधानी आहेत का?'

'असावेत. कारण कौस्तुभ उत्तम शिष्य आहे, असं ते नेहमी म्हणतात. तो त्यांचा लाडकाही आहे.'

'ह्या स्पर्धेमुळे त्याचं बारावीचं वर्ष वाया गेलं, तो परीक्षा देऊ शकला नाही, ह्याचा तुम्हाला खेद वाटतो?'

'नाही. ही अशी संधी पुन्हा पुन्हा मिळत नाही. 'व्हॉइस ऑफ यंगस्टर्स' ह्या स्पर्धेने त्याला त्याची कुवत किती आहे, हे जाणवून दिलंय. ह्याच क्षेत्रात पुढे करिअर करायचं आहे त्याला.'

'म्हणजे तुम्ही ह्या कलेपुढे शिक्षणाला तितकंसं महत्त्व देत नाही, असं समजायचं?'

'छे-छे अजिबातच नाही. आम्हांला शिक्षणाचं महत्त्वही पुरेपूर आहे. आणि कौस्तुभ नक्कीच पुढल्या वर्षी परीक्षा देणार. आम्हालाच नाही तर त्यालाही शिक्षणाचं महत्त्व आहे. तो अभ्यासातही हुशार आहे.'

'कौस्तुभ, तुझ्या ह्या यशात कुणाचा वाटा आहे?'

कॅमेरा कौस्तुभवर –

'खूप जण आहेत अशी ज्यांनी मला हे यश दिलं. जनता-जनार्दन – जे नेमाने माझ्यासाठी एसएमएस पाठवतात, माननीय परीक्षक ज्यांनी वेळोवेळी मला सल्ले दिले. माझ्या चुका दाखवल्या आणि माझं तोंडभरून कौतुक केलं. माझे सर, ज्यांनी माझ्यावर मेहनत घेतली आणि माझे आई-वडील ज्यांनी मला मी जिंकणारच असा आत्मविश्वास दिला आणि माझ्यावर तेवढा त्यांनी विश्वासही ठेवला.' खट खट खट लाइट्स ऑफ झाले. कॅमेऱ्याला कॅप घातली गेली. वायर्सचं जंजाळं गुंडाळलं गेलं आणि फलटण बाहेर पडली. कौस्तुभ पुन्हा सर्वांना नमस्कार करत, हात हलवत गाडीत जाऊन बसला.

हा नक्की आपलाच मुलगा ना? दोघांना प्रश्न पडला. ऊर्मिला विचार करू लागली. काही महिन्यांपूर्वी ओरडा खाणारा, उशिरापर्यंत लोळत पडणारा, एक सर्वसामान्य मुलगा, आज प्रसिद्धीच्या शिखरावर चढला आहे. त्याच्या मागे आपण सततची लावलेली भुणभुण, गा-गा रियाज कर. सरांकडे जा. एक जिद्द, एक ऊर्मी, एक आशा! कौस्तुभपेक्षा कितीतरी सामान्य गाणारे गायक आत्तापर्यंतच्या अशा तऱ्हेच्या अनेक स्पर्धांतून जिंकून आलेले मी पाहिले आणि मन स्वस्थ बसू देईना. त्या मंचावर कौस्तुभ असायलाच हवा. सरांकडे मी माझी भावना व्यक्त केली. तेव्हा त्यांनी चक्क नकार दिला. म्हणाले होते, की अजून कौस्तुभला बरंच काही शिकायचं आहे. मंचावर पोहोचण्यासाठी अजून थांबायला हवं! पण मी माझा हेका सोडला नाही. 'त्यांना नसेल खात्री. पण मला आहे' अशीच माझी भावना होती. माझा अट्टहास. त्याने सरांनाही माघार घ्यायला लावली. आणि आज मी अगदी अभिमानाने सांगू शकते, की माझा अट्टहास, माझा विश्वास अगदी योग्य होता. करावा का सरांना फोन? सांगावं का त्यांना की, कौस्तुभ तुम्ही म्हणता तसा कच्चा नाही, तो तर परिपूर्ण झालाय.

वरवर जरी ऊर्मिला साधेपणाने, अगदी विनयाने वागत असली, तरी आतून मात्र तिला गर्वाने फुगवून टाकलं होतं. आता प्रतीक्षा होती ती फक्त दोन भव्य सोहळ्यांची. हजारो लोकांसमोर स्टेडियममध्ये गाणारा कौस्तुभ! लोकांची वाहवा मिळवणारा, स्टेज अक्षरश: जिंकणारा. भीतीही होती. बाकीचे दोन्ही स्पर्धकही तितकेच तयार होते. एक तर काकणभर सरसच होता. पण त्याने दिसण्यात मार खाल्ला. आजकाल नुसती 'कला' साथ देतेच असं नाही, त्या बरोबरीने रूप, रंग आणि स्टाइल ह्याही गोष्टी महत्त्वाच्या मानल्या जाऊ लागल्या आहेत. आणिक एक काळजी होती – 'एसएमएस'. बघू काय होईल ते.

आणि कौस्तुभ फायनलला पोहोचला. प्रसिद्धीच्या शिखरावर! नचिकेतने मग ऑफिसमध्ये चांगली पंधरा दिवसांची रजाच टाकली. मोबाइल स्विच्ड् ऑफ केला. भव्य पटांगणात, भव्य मंचावर, सात-आठ कॅमेरे, अनेक सेलिब्रिटिज, रंग-रंगीत लाइट्स आणि हजारो डोळे ह्यांच्या साक्षीने कौस्तुभ गात होता. गातच होता. मधूनच उरलेले म्हणजे स्पर्धेत पहिल्या दहामध्ये निवडून आलेले गायक-गायिका त्यांचा परफॉर्मन्स देत होते. कौस्तुभ आणि विरेंद्रसिंग चुरस लागली होती...

आणि हात-पाय थंड पाडणारा तो क्षण येऊन ठेपला. कुणी विरेंद्रसिंगला पाठिंबा देत होतं; कुणी कौस्तुभला —

आणि —

सर्वांच्या उत्सुकतेला ताण देत-देत नाव जाहीर झालं.

'कौस्तुभ.'

विजेता! विजेता कौस्तुभ, आमच्या व्हॉइस ऑफ यंगस्टर्सचा आवाज – कौस्तुभ! आतषबाजी – आकाश सुभोशित फटाक्यांनी सजलं. पुष्पवृष्टी झाली. एकच जल्लोष – डोळ्यांसमोर रसिकांनी उचलून डोक्यावर घेतलेला कौस्तुभ दिसत होता. नचिकेत-ऊर्मिलाचे डोळे अश्रूंनी भरून आले. आनंदाश्रू!

पुढे महिनाभर कौस्तुभला या त्या मंडळातून, क्लब्जमधून सत्कारासाठी आमंत्रित करण्यात येत होतं. कुठे मुलाखत घेतली जात होती, कुठे गाण्यासाठी विनवलं जात होतं. पण हा ओघ सरला. दैनंदिन आयुष्य सुरू झालं. बारावीची परीक्षा द्यायची होती, पण त्याकरता वर्षभर थांबणं आवश्यक होतं. त्याच्या बरोबरीचे मित्र पुढल्या वर्गात गेले होते. जो तो बिझी होता. नवीन स्पर्धेचं ऐलान करण्यात आलं आणि कौस्तुभ हळूहळू एकाकी पडला. नचिकेत आणि ऊर्मिला स्वत:च्या रूटीनमध्ये व्यस्त झाले आणि आम जनता कौस्तुभला विसरू लागली.

त्या दिवशी तो असाच लोळत पडला होता. ऊर्मिलाला घरचं सर्व आवरून ऑफिस गाठायचं होतं. तिने त्या घाईगडबडीतही कौस्तुभला चार-पाच वेळा हाक मारली, पण तो पलंगावरून उठला नाही. तणतणतच ती नचिकेतसमोर जाऊन उभी राहिली.

'पाहिलंस? किती हाका मारल्या पण चिरंजीवांनी साधी 'ओ'ही दिली नाही.'

'काल रात्री उशिरा आला असणार.'

'हेही रोजचं होत चाललंय.'

'अगं, काही काळ होणार असं. सोसायटीत आलो नव्या, तर त्याचं मित्रमंडळ तयार व्हायला हवं ना! शिवाय तो सेलिब्रिटी आहे. सोसायटीतले लोक सांगत असतील सर्वांना, तो व्हॉइस ऑफ यंगस्टर्स – कौस्तुभ, आमच्याच सोसायटीत राहतो – '

'हो हे मात्र खरं. पण तरीही तुम्ही मार्क केलं आहेत का? तो हल्ली रियाज करत नाही. सरांकडेही जायचं म्हणत नाही.'

'सहा महिने नुसता गातोय. एक एक गाणं पन्नास-साठ वेळा तरी ऐकलं असेल त्याने. सहीन्सही लहरी, शब्दोच्चार, शब्दांची फेक आणि सुरातले चढ-उतार. अगदी मग ते गाणं किशोर कुमारचं असो, रफी असो की मुकेश, नाही तर अगदी जगजीत सिंगचंही! कुठे कमी पडला नाही आणि आपण त्याला कमी पडू दिलं नाही.'

'मान्य आहे, पण जरा हळू बोल. तो जागाच आहे.'

'असू देत. त्याने आता पुन्हा पहिल्यासारखं व्हावं. क्लास जॉइन करावा सरांचा

आणि ह्या स्पर्धेपायी बुडालेलं बारावीचं वर्ष, त्याने आता ट्यूशनही जॉइन करावी. फर्स्ट क्लास मिळायलाच हवा त्याला. कलेप्रमाणेच तो अभ्यासातही तितकाच हुशार आहे, हे पुन्हा एकदा समाजाला कळायला हवं.'

'तिथे एसएमएस नाहीयेत. आम जनतेचं मत एसएमएस करून बोर्डाला पाठवायला!'

'हळू! त्याने आता फक्त अभ्यासात लक्ष घालावं, मग तर झालं? पण त्यासाठी...'

'आता तू हा नवा हेका धरू नकोस. एक तर तो आधीच कंटाळला आहे. त्याला सारखी जुन्या घराची, चाळीची आठवण येत असते. त्यानं जिंकलेल्या ह्या पैशांचा आणि चाळीतली खोली विकून आलेल्या पैशांचा हा ब्लॉक आणि ही मॉड सोसायटी. रूळत नाहीये इथे तो म्हणावा तसा.'

'आणि ह्या चॅनेलवाल्यांनी लगेचच पुढची स्पर्धा सुरूही केली! सहा महिन्यांतच.'

'तो त्यांचा व्यवहार आणि पब्लिकला धरून ठेवण्याची मेख आहे.'

'पण त्यामुळे कौस्तुभ...'

'चलता है! त्याने हे गृहीत धरायला हवं. हे असंच होत असतं.'

'आपण चूक केली का हो?'

'कसली?'

'त्या एसएमएस....'

'काहीही चूक नाही आणि असं काय मोठंसं केलं? जर मी नसतं केलं तर त्या विरेंद्रसिंगच्या घरच्यांनी केलं असतं. तो एक सरळ सरळ व्यवहार होता आणि पब्लिकच्या मेसेजेसची आकडेवारी खरी की खोटी हे बघायला जातंय कोण? तरी आपण खऱ्या मार्गाने हे मेसेजेस मिळवले. हां, आता झाले पन्नासएक हजार खर्च त्या मोबाइल्सवर! पण ज्यांना ज्यांना ते आपण दिले, गिफ्ट म्हणून – अट घालून की दिवसभर कौस्तुभसाठी मेसेज पाठवत राहायचं, त्यांनी त्यांनी हे काम चोख बजावलं. हे पन्नास हजार म्हणजे इनव्हेस्टमेंट होती. तेव्हा तुला हे पटलं नाही, वाटलं की, मी विनाकारण हे पन्नास हजार खर्च केले पण नंतर तरी पटलं ना?'

दारात उभ्या असलेल्या कौस्तुभकडे दोघांचंही लक्ष गेलं, पण उशीर झाला होता. आपला विजय हा निखालस आपल्या कष्टांचा, कलेचा विजय नाही, हे त्याला समजलं आणि तो आतल्या आत कोसळलाच. त्याला हे घर म्हणजे राक्षस वाटू लागलं. अंगावर धावून येणारं, खदखदा हसणारं, त्याला चिडवणारं. ती ट्रॉफी त्याने तिचे तुकडे तुकडे केले. तंबोऱ्याच्या तारा खसाखसा उखडून टाकल्या आणि हमसाहमशी रडू लागला, मनोमन आक्रोश करत.

आज कौस्तुभ संपूर्णपणे डिप्रेस्ड आहे, घुमा झाला आहे. त्याची नजर शून्य झाली आहे.

वेताळाने आपली कथा संपवली आणि त्याने राजा विक्रमादित्याला त्याचा नेहमीचा प्रश्न विचारला, 'राजा, सांग. कोण कारणीभूत आहे? तुला उत्तर माहीत असूनही तू जर मौन राखलंस तर तुझ्या डोक्याची सहस्त्र शकलं होतील.'

'मी कोण काय सांगणार! प्रसिद्धीच्या हव्यासापोटी आपल्या स्वतःच्या मुलाचा बळी देणारे हे आई-वडील. त्यांनीच ह्याचं उत्तर द्यावं. काय साध्य केलं त्यांनी?

'एका चांगल्या, उत्तम कलाकाराचा खून केला, हो, ही हत्याच! कौस्तुभ आता ह्या मानसिक अवस्थेतून बाहेर कधी पडणार? वर्षोन्‌वर्षं मेहनत आणि रियाज करणारे कलावंत ह्यांचा आदर्श कौस्तुभसमोर ठेवला गेला असता तर तो भविष्यात बावन्नकशी सोन्यासारखा झळाळला असता. ह्या 'औट घटकेच्या राज्याने' त्याला सिंहासनाचं महत्त्व समजलं आणि सिंहासनाचं सुखही त्याला उपभोगता आलं, पण ते सिंहासन काटेरी निघालं.

'वेताळा, स्पर्धा असावी पण त्यातही तारतम्य असावं. ह्या स्पर्धा जर फक्त काही ठरावीक वर्गाला 'धनिक' करणाऱ्या असतील तर त्यांवर बंदी घालावी. आज कोवळ्या वयात त्याच्या हातात खुळखुळणारी नाणी आली, त्या नाण्यांची त्याला चटक लागली आणि त्या 'वाहवा'चीसुद्धा चटक लागली. पण हे सर्व अळवावरचं पाणी आहे हे त्याला समजलं नाही. दोष त्याचा नाही. दोष समाजाचा, त्याच्या आप्तांचा आणि आई-वडिलांचा.

'अल्पकाळात, कमी कष्टात यश संपादन करण्याचा हा हव्यास मनुष्याला पाताळात घेऊन जात आहे.

खरंच, काय हवंय ह्या आजच्या माणसांना? फक्त यश, कीर्ती, पैसा?

मनन, चिंतन, सारासार विचार, तारतम्य, सातत्य. हे का नकोय? का?

आपला काळ खूप छान होता, वेताळा. आता तुझंच बघ ना! एक ध्यास घेतला आहेस. ह्या अशा असंख्य समस्यांना व्यक्त करण्याचा. तर चालूच आहे हा तुझा ध्यास, दिन-माह-साल उलटत आहेत. उलटत आहेत. तुला मुक्ती का नको? तू ती घेण्याचा फैसला केलास तर मिळेलही, पण ध्येय आड येतंय.

'आपल्या काळी एक चांगलं होतं. अपत्य आठ वर्षांचं झालं की, सरळ गुरुकुलात धाडलं जायचं. एक तप त्याचं वास्तव्य तिथेच. त्या मातीला आकार देऊन तावून सुलाखूनच परतवलं जायचं.

'वेताळा, पुन्हा एकदा गुरुकुलं प्रस्थापित व्हायला हवीत. ही-ही मोहापायी

रसातळाला जाणारी जनता मला बघवत नाही.

'चल, कौस्तुभला आधार देऊ या. त्याचं बोट धरून पुन्हा एकदा त्याला सरगम शिकवू या, शिकायला भाग पाडू या आणि त्याचा सच्चा विजयही होऊ शकतो हा विश्वास त्याला देऊ या.'

वेताळ धन्य झाला. जर असा राजा असेल तर पाताळात जाणारी जनता तोंड फिरवून खचीतच स्वर्गाचा रस्ता धरेल, ही त्याला शाश्वती वाटली; खात्री पटली. आणि वेताळ चिंतामुक्त होऊन पुन्हा एकदा जंगल्यातल्या त्या झाडावर जाऊन लटकू लागला.

जे घडणे असते ते तेथेचि घडते

'प्रत्येक वेळी तू धडपडत यायचंस आणि मी मात्र आरामात इथे बसून राहायचं, हे योग्य नाही. एवीतेवी आपण बोलायला सुरुवात तर केली आहे, म्हणजे जुनी बंधनं आपण तोडली, मग मी आलो तुझ्याकडे तर काय हरकत आहे?'

'वेताळा, हे जरा जास्तच, म्हणजे मिळालेल्या स्वातंत्र्याचा गैरफायदा घेण्यासारखं होणार.'

'राजा विक्रमादित्या, अरे तू मनुष्य योनीत आणि मी पिशाच्च योनीत – स्वातंत्र्य दोन भिन्न योनीतल्यांना कसलं? आणि पारतंत्र्यही कसलं? तुझ्या व्यतिरिक्त माझं अस्तित्व जाणणारा कुणीही नाही.'

'मान्य.'

'हो ना? चल तर मग आज दूरवर फेरफटका मारू.'

'का? आज तुझ्याकडच्या कथांना ओहोटी लागली की काय?'

'नाही. पण कथा सांगण्याचा आज कंटाळा आलाय.'

'पिशाच्चांनाही कंटाळा येतो?'

'हो तर. जिवंत असतानाचे गुण-दुर्गुण उरतातच. तेच तर पुढच्या जन्मात प्रामुख्याने आढळतात. एखादं नवजात अर्भक अतिशय रडकं असतं – का? आधीच्या जन्मात प्रत्येक गोष्ट त्याने रडत-रडत केलेली असते. कुणी हसरं, कुणी चिडकं, तर कुणी कंटाळलेलं. आता माझ्यासारखं.'

'मग? विचार काय आहे?'

'कथा ऐकण्यापेक्षा प्रत्यक्ष बघावी, दोघांनी मिळून. चालेल?'

'तसं करू.'

'माझ्या पाठीवर विराजमान हो, मग निघू या.'

'अहो, पेपर वाचलात का?' इंदूताईंनी त्यांच्या पतींना, बाबूरावांना मोठ्यांदी विचारलं, पण बाबूराव शांतपणे झोपाळ्यावर बसून सुपारी कातरत राहिले. हूं नाही की हं नाही.

'अहोऽऽ'

'वाचला. मग पुढे काय?'

'ती बातमी. शेतकऱ्याची – '

'आत्महत्या? फॅड आहे झालं.'

'असं काय म्हणताय?'

'मग काय म्हणू? सतत ह्यांचं रडगाणं! आता शेती आपणही करतोच आहोत ना! पाऊस-पाणी हा प्रश्न आपल्यालाही आहेच की.'

'आपल्या शेतात विहीर आहे. मुबलक पाणी असतं तिला. देवाची कृपा!'

'फक्त देवाची? मग पूर्वजांचं काय?'

'तसं नव्हतं मला म्हणायचं. साधारणपणे बोलण्याची रीत ही एवढंच.'

'बदला ती रीत. माझ्या पणजोबांनी मिळवली ही जमीन!'

'ठाऊक आहे. शंभरदा ऐकून झालंय.'

'हो ना? तरीही क्रेटिड देवाला देताय. आता एकशेएकव्यांदा ऐका.'

'हं.'

'राजा विक्रमादित्याचं राज्य होतं...'

राजा विक्रमादित्य आणि वेताळ दोघेही दचकले. राज्य होतं? म्हणजे आता नाही? खरंतर नाहीच. नुसता राजवाडा राहिलाय आणि गतकाळातल्या आठवणी. राज्यं केव्हाच खालसा झाली.

'राजा विक्रमादित्य अतिशय हुशार, ज्ञानी माणसांची पारख असणारा. आमचे पणजोबा त्यांच्या दारी चाकर. त्यांच्या खास विश्वासातला माणूस होऽऽ! तर एकदा राजवाड्यात डाकू घुसले. मुसलमान होते. राजा विक्रमादित्य आपल्या पाच-सहा वर्षांच्या अजिंक्य म्हणजे त्यांचे नातू...'

'माहीत आहे.'

'तरीही ऐका – '

सुपारी कातरून झाली होती. झोपाळ्याच्या कड्यांचा करकर आवाज येत होता. राजा विक्रमादित्य आडोशाला उभा होता, बाहेर मिट्ट काळोख होता. राजाने अजिंक्य हे नाव ऐकलं आणि क्षणात त्याचे डोळे भरून आले. अजिंक्य – आपले वडील, म्हणजे आपलं नाव, हे आपल्या पणजोबांचं नाव होतं. आता उलगडा झाला. हे सगळं संभाषण आपल्या पूर्वजांच्या संदर्भातलं आहे, हे जाणून राजा विक्रमादित्याचं कुतूहल जागं झालं.

कातरलेल्या सुपारीचा बोकाणा भरून बाबूराव पुढे सांगू लागले.

'तर अजिंक्य हा असा आपल्या आजोबांच्या कुशीत निश्चिंत निद्रिस्त झालेला आणि तेवढ्यात एकच गलका झाला. कसला आवाज, हे पाहण्यासाठी राजा विक्रमादित्य आपल्या दालनातून बाहेर येतच होते, तोवर माझे पणजोबा दालनाच्या दरवाजापाशी ढाल घेऊन उभे राहिले. डाकूंनी केलेला वार स्वतःवर झेलला. हे होईस्तो वाडा जागा झाला. मग एकच पळापळ. डाकू पळून गेले. जखमी पणजोबांना वैद्यांकडे नेलं गेलं. स्वतः राजा विक्रमादित्य गेले. घावावर मलमपट्टी झाली. पंधरा दिवसांची विश्रांती झाल्यावर पणजोबा सेवेत रूजू झाले आणि राजा विक्रमादित्य पहिल्या प्रहरी पणजोबांना घेऊन त्यांच्या सुपीक जमिनीवर – शेतावर गेले. म्हणाले, 'तुम्ही आमचा जीव वाचवलात. त्याचं मोल मापता येणार नाही. सूर्यास्ताअगोदर जेवढी जमीन तुम्ही चालून परताल, तेवढी जमीन ह्या क्षणापासून तुमची.''

राजा विक्रमादित्याच्या डोळ्यांत अश्रू तरळले. त्याला आपल्या नावाचा अभिमान वाटू लागला. धन्य ते पणजोबा!

वेताळ हे सर्व मजेने बघत होता. हसत होता.

'पुढे काय झालं सांगू?'

राजा मनातल्या मनात मोठ्यांदी ओरडला. 'सांऽऽगा.'

'माहित्ये हो. पणजेसासरे निघाले. धावत सुटले. सूर्याकडे बघत धावत होते...'

'आणि धावता धावता थांबले, किती जमीन पावलांखाली आल्ये ह्याचा अंदाज घेतला आणि माघारी वळले. चार घटकांतच परतलेल्या पणजोबांना बघून राजा विक्रमादित्यांना आश्चर्य वाटलं. ते पणजोबांना म्हणाले, 'इतक्यात परतलात? अजून धड मध्यान्हही झाली नाही.' पणजोबा म्हणाले, 'मला ती कथा माहीत आहे. 'शेवटी' माणसाला किती जमीन लागते? पण ते 'शेवटी.' मला आत्ताच माझा 'शेवट' बघायचा नाहीये. शेवट येण्याअगोदर जितकी जमीन आवश्यक आहे, तेवढी मला मिळाली. आता ह्यापुढची जबाबदारी मी माझ्या पुढल्या पिढीवर सोडतो. समजलं?'

'हो, समजलं. आणि त्यानंतर हीऽऽऽ एवढी जमीन, हा वाडा, ही संपत्ती कमावली ती तुमच्या वडिलांनी.'

'त्या पणजोबांनी मिळवलेल्या जमिनीच्या आधारावर!'

'हे तुम्ही मला वारंवार सांगितलं आहे. पण आज आता पुन्हा एकदा सांगतच आहात, तर एक विचारू?'

'हो, खुशाल विचार.'

'तुमच्या आजोबांनी काय केलं? त्यांच्याबद्दल कधीच काही सांगत नाही तुम्ही!'

'त्यांच्याबद्दल काय सांगायचं? साधा सरळ व्यवहार जमला नाही त्यांना!'

'म्हणजे?'

'बापाने अक्कलहुशारीने कमावलं, त्यातच समाधान! नशीब माझ्या वडिलांचं, की, जे त्यांच्या वडिलांच्या वडिलांनी कमावलं ते माझ्या वडिलांच्या वडिलांनी गमावलं नाही. सांभाळलं हेच पुष्कळ झालं.'

'म्हणजे?'

'भिकाऱ्याची लक्षणं, दुसरं काय? कुणी अडला-नडला, आला आजोबांकडे की लगेचच ह्यांचा बटवा उपडा! आमचे वडील शिक्षणशून्य, पण तरीही त्यांनी त्यांच्या वडिलांच्या बटव्याचं तोंड बंद केलं. अशी हुशारी हवी.'

'आणि स्वत:चा बटवा – नव्हे पोतंच – सतत 'आ' वासून ठेवलं.'

'त्यालाच हुशारी म्हणतात.'

राजा विक्रमादित्याला नंतरचं संभाषण समजेना. बटवा काय, पोतं काय? त्याने आशेने वेताळाकडे बघितलं. वेताळ हसत होता. राजा विक्रमादित्य पुढे ऐकू लागला.

'आणि ते साधेसुधे शेतकरी, त्यांचं काय?'

'त्यांचं काय असायचं? आहेत ना अजूनही. कामं करतायत, संसार चालवतायत – '

'हो – आधी हक्काच्या जमिनीवर आणि नंतर? जमीन तीच पण हक्क नाही. मालकाच्या ऐवजी नोकर –'

'आता माझे वडील गेले होते का त्यांना कर्ज घ्या, कर्ज घ्या असं सांगायला? आपली कुवत किती? कर्ज घ्यावं किती? त्यांना नको समजायला? आणि सरकार आहेच ना त्यांच्यासाठी? दरवर्षी करोडो रुपयांचं कर्ज माफ होतंच ना?'

'ते तर...'

'हे करोडो रुपयांचं कर्ज ह्या शेतकऱ्यांना सरकार देतं कुठून?'

'कुठून?'

'आपण टॅक्स भरतो ना? त्याच पैशांतून म्हणजे शेवटी हे कर्ज आपणच तर देतो, फक्त सरळ-सरळ न देता, सरकारमार्फत देतो. एवढंच.'

'तरीही शेतकरी आत्महत्या करतच आहेत.'

'आपणही शेतकरीच आहोत. जे प्रश्न आपल्यापुढे, तेच त्यांच्यापुढे. निसर्ग

जे घडणे असते ते तेथेचि घडते । ५५

सर्वांसाठी सारखाच. तिथे भेदभाव आहे का? तरी आपण जगतोच ना?'

'पण –'

'पुरे, चला आता. विश्रांती घेऊ द्यात.'

राजा विक्रमादित्य आणि वेताळ माघारी फिरले. वेताळ गप्प. राजाही गप्प. शेवटी झाड जवळ आलं, तसा वेताळ म्हणाला, 'राजा, कुठल्या गर्तेत आहेस?'

'वेताळा, विचारांच्याच गर्तेत हरवलो आहे. शेतकरी हा दरवर्षीचा हळवा विषय. काहीच तोडगा नाही का?'

'आहे. पण संपूर्ण आखीव-रेखीव अशी बांधणी करायला कुणीच तयार नाही. त्यात नैसर्गिक आपत्तींची भर – अज्ञान आणि अंधश्रद्धा –'

'मग?'

'आता फक्त बघत राहायचं.'

'मी राजा असूनही काहीच करू शकत नाही, ह्याचा खेद वाटतो.'

'कारण, आता फक्त नावापुरतं राजेपण राहिलंय. नको कष्टी होऊस किंवा जरूर कष्टी हो – कारण दुसऱ्यासाठी कष्टी होणारी माणसं आता विरळा होताहेत. जा तू आता.'

वेताळाच्या सोबतीशिवाय राजा विक्रमादित्य वेष पालटून गावागावातून हिंडू लागला. गरीब शेतकरी, त्यांच्या गरजा, त्यांच्या अडचणी पाहू लागला. कानी काही संवाद, बोलणी पडत ती गुपचूप ऐकून घेऊ लागला.

'बाबूरावांचं बरंच कर्ज झालंया डोस्क्यावर.'

बाबूराव नाव ऐकलं आणि राजा विक्रमादित्य त्याच पारावर बसला, अगदी सहजगत्या.

'मग? काय करतूयास?'

'म्यां काय करणार? अरं, आजून वियाज्च चालू हा! मुद्दलाला ब्वाटबी लागलं हा ना.'

'पण, आसं किती वर्सं चालन्हार रं?'

'बाबूरावाकडं श्येत ग्हान हाय. हडपन्हार आता त्यो. आनी वर गुलामी करावी लागंल त्याची ती येगलीच.'

'माझी बी गत तीच हाय, पन बायकु करती कामधाम. तर फेडतूया कर्ज.'

'त्ये ब्येस! माज्यासारकं नकु रे बाबा. बायकु पडली हांतरूनावर, आनी सहा

पोऱ्यांचा व्याप माझ्या मांगं, कसं करावं!'

'आरे, रडू नगस. व्हईल काईतरी. आई जगदंबेला साकडं घाल. मग बघ.'

'न्हाई व्हनार काही. श्येत जानार ह्या टायमाला. कागद दिलाय लिहून तसा.'

'आरं देवा! ह्यो काय केलसा?'

'दवा-पान्याला, पोटाला पैसं नको? बायकु वाचली तर धा कामं करीन नि कर्ज फ्येडीन आसं वाटलं व्हतं. पन तिला उतार न्हाय. जगत न्हाय न मरतही न्हाय...'

'किश्या, आसं बोलू नये रं!'

'कुटं खुसी होतीया आसं बोलायला? पन् म्येली आसती तर दवापान्याचा पैसा भाकरी तुकड्यासाठी वापरला असता तर पोरांना पोटासाठी चार घास मिळालं असतं.'

'उट् उट् म्हनतो ना. चल साकडं घालू, कौल लावू – चल –'

राजा विक्रमादित्य सैरभैर झाला. त्याला हे दुःख सहन होईना. तो किश्याच्या संसारात त्याच्या नकळत कधी शिरला हे त्यालाही समजलं नाही.

'अरे राजा, काय ही तुझी अवस्था.'

'वेताळा, काहीतरी करायला हवं.'

'कुणासाठी?'

'किश्यासाठी.'

'अस्सं! म्हणजे आता स्वारी वेष पालटून नगरजनांमध्ये फेरफटका मारू लागल्ये तर!'

'काय करणार! पूर्वजांनी त्यांचे रिवाज आमच्या नसानसांत ठासून भरलेत ना. इतकी वर्षं आम्ही स्वतःला सर्वसामान्य, म्हणजे आयाळ नसलेला सिंह, नखं नसलेला व्याघ्र समजत होतो. तसेच आम्ही होतो. ह्या पुढे मात्र आम्हाला असं जीवन जगता येणार नाही. अन्याय, गरिबी, हालअपेष्टा सहन करणाऱ्या सोशीक जनतेसाठी न्याय्य काही करणं, हेच आता आमचं ध्येय.'

'आणि तुझा प्रपंच? संसार? राणीसाहेब?'

'त्यांना कुठे काही कमतरता नाहीये आणि पुढेही भासणार नाही. ते कर्तव्य आम्ही कदापि विस्मृतीत जाऊ देणार नाही. खेद होतोय की आम्ही आमची इतर कर्तव्यं जी समाज, नगरजनांप्रीत्यर्थ करायला हवी होती, ती विस्मृतीत कशी गेली ह्याचा.'

'म्हणजे नक्की काय करणार आहेस?'

'त्यासाठी काही विचारविनिमय अत्यावश्यक आहे. त्यासाठी काही कालावधीही आवश्यक आहे.'

'ठीक. हा-हा-हा!'

'का हसतो आहेस?'

'सहजच. तू माझ्या ह्या हसण्याकडे जराही लक्ष देऊ नकोस. तू कार्यरत हो.'

किश्या पुढे काय करणार? तो बाबुरावांना पैसे परत कसे करणार? हा प्रश्न एकट्या किश्याचा नाहीये, हे राजा विक्रमादित्याला जाणवलं. जर त्याचा एकट्याचाच हा प्रश्न असता तर आपण आपले पैसे देऊ केले असते भेट म्हणून, पण असं केल्याने प्रश्न सुटणारा नाही. असे अनेक किशा असतील, त्यांचं काय?

'जिमिन ग्येली गं आपली यमेऽऽ'

'आवं, आसं काय करतायसा? प्वारं बगा, भेदरल्या हायती. गपा – म्याच कमनशिबी! तुमास काडीची उपेगी न्हाय. काय करायचं वोऽऽऽ?'

'आसं नगं म्हनूस. तू हायस ता आधार वाटतूया. पन् बापजाद्याची कमाई, म्या हरवून बसलो गंऽऽऽ! आता न्हाय सहण होत बग –'

'आसू द्या! झालं त्या झालं. कर्ज फिटलं नव्हं? देशोधडीला...'

'न्हाय – ह्या गाव सोडूनशान नाय जगू शकत म्या – गं – यमेऽऽ!'

राजा विक्रमादित्याच्या डोळ्यांत पाणी आलं.

'वेताळा, तू तरी काहीतरी करायला हवं होतंस.'

'मी? मी कोण रे राजा असा? जर मी काही करू शकलो असतो, तर माझ्या जिवंतपणी काही केलं असतं. माझ्यासाठीच. पण नाही, नाही काही करू शकलो. शापित राहिलो, म्हणूनच तर युगानुयुगं मला मुक्ती मिळत नाहीये. मी फक्त सर्व काही बघू शकतो. भूत-वर्तमान-भविष्य! बस्स. एक तू भेटलास आणि निदान वेगवेगळ्या घटनांना, प्रसंगांना काही उत्तरं मिळाली, इतकंच! किश्याची जमीन बाबूरावांच्या घशात जाणारच होती. मला ठाऊक होतं. तू जा आता तुझ्या राजवाड्यात. आज काहीच नाही सांगण्या-बोलण्यासारखं!'

दिवस सरत होते. राजा विक्रमादित्याचा नेम-नियम पूर्वीसारखाच चालू होता. पाच-सहा महिन्यांच्या अंतराने राजा पुनश्च वेषांतर करून फेरफटका मारण्यासाठी राजवाड्याबाहेर पडला.

'अहो, तो किश्या आलाय.'

'आता कशाला?'

'काम असेल काही.'

'एक छदाम मिळणार नाही म्हणावं...'

'तुम्हीच सांगा.'
'आता तारण ठेवायला बाकी आहे काय त्याच्याजवळ?'
'हवं असेल तर भेटा.'
'मी झोपलोय सांग.'

किश्या निघून गेला आणि तासभराच्या अंतराने बाबूराव किश्याच्या गिळंकृत केलेल्या शेतावर पोहोचले. जमीन सुपीक होती. पीक छान भरघोस आलं होतं. बाबूराव आनंदाने आणि लोभावलेल्या नजरेने शेतातून फिरत होते. आणि अचानक बाबूरावांच्या पायाला ठसठसलं. ते काकुळतीने ओरडले, कळवळले. मटकन खाली बसले आणि पायाकडे बघितल्यावर त्यांना दरदरून घाम फुटला. फेफरं आलं. तोंडातून फेस येऊ लागला. क्षणात होत्याचं नव्हतं झालं.

बाबूराव अंग झटकत, हिसडे देत देत निपचित झाले.

बाबूरावांच्या वाड्यावर एकच रडं उठलं. बाबूरावांच्या अर्धांगिनीच्या बांगड्या पिचल्या, कुंकू पुसलं.

'म्या ग्येलो व्हतो मालकांकडं, पन् त्यांनी मला माघारी घालवला.'

'मगं निदान वैनी सायबास्नी तरी सांगायचं व्हतं.'

'सामोऱ्या येतील तर ना! त्यांना वाटलं आसंल, आलाय नडीचा – तर कशाला भ्येटावा?'

'अवं पन् –'

'द्येव बघतुया सम्दं. चांगला लाह्या, दूध पाच रुपये खर्चून घ्येवून ग्येलो व्हतो. सांगायला की पीक पिकलंय तर आदी नागद्येवाला निवद द्या, त्या बिगर श्येतात जाऊ नगा. आज पिढ्यान्‌पिढ्या राहतुया त्यो तिथं. राखणदार हाय – तर आदी त्याला राम-राम करायला पायजेल. मंगच पाय ठिवा. पन् न्हाई भ्येटलं कुनी, तर आलो माघारी. लयी रड उटलीया वाड्यावर.'

राजा विक्रमादित्याला आश्चर्य वाटलं. वाईटही वाटलं आणि हो, खोटं कशाला? बरंही वाटलं.

'वेताळा, अरे, बघितलंस ना? परमेश्वर न्याय करतो, जेव्हा मनुष्य अन्याय करतो.'

'तसं नाही राजा. म्हणजे तसं आहे, हे खरं. पण त्यात अजूनही एक गोम आहे.

शेत कुणाचं होतं सांग?'

'किश्याचं.'

'मग किश्याच्या शेतावर बाबूराव असे आरामात हक्काने हिंडू शकले असते का?'

'नाही.'

'मग तसं हिंडता यावं, म्हणून शेत, ती जमीन बाबूरावांची संपत्ती होणं गरजेचं होतं. बरोबर?'

'बरोबर. पण ते तसे नसते हिंडू शकले असते, तर हरकत काय होती?'

'होती ना! त्यांचा मृत्यू त्या शेतातच होणार होता. त्यांचं आयुष्य तिथेच संपणार होतं. मग त्यासाठी काहीतरी योजना हवी होती. आणि ती योजना म्हणजे, किशाचं गरीब असणं, त्याने सरकारी बँकेतून कर्ज न घेता बाबूरावांकडूनच घेणं, तारण म्हणून शेतजमीन ठेवणं. कर्ज फेडता न येणं, त्यासाठी त्याच्या बायकोला आजारपण येणं आणि किश्याची शेतजमीन बाबूरावांच्या मालकीची होणं.'

'खरं आहे. तरीही परमेश्वराने बाबूरावांना एक संधी दिली होती. किश्या गेला होता त्यांना नागदेवाची माहिती देण्यासाठी, पण त्यांनी त्याची भेटच घेतली नाही. संधी दरवाजा ठोठावते एकदाच, तेव्हा वेळ न घालवता दार उघडायला हवं.'

'मृत्यू मात्र संधी देत नाही राजा. तो संधी देत नाही.'

वेताळ आपणहून झाडावर लटकणाऱ्या प्रेतासारखा निपचित पडला. राजा विक्रमादित्य संथपणे राजवाड्याची वाट चालू लागला. स्मशानाच्या वाटेवर बाबूरावांचं कलेवर चार खांद्यांवरून एका लयीत वाटचाल करत होतं.

परदुःख शीतल

'आज माझा मूड अगदी मस्त आहे.' वेताळ राजा विक्रमादित्याला म्हणाला. तो पुढे म्हणाला, 'तूही आज जरा बोल माझ्याशी. काय हरकत आहे, आपण ह्या नेहमीच्या स्मशानवाटेवरून जाताना गप्पा मारल्या तर? घाबरू नकोस. मी कुणालाही सांगणार नाही की, आपण आपली पूर्वापार चालत आलेली प्रथा मोडली म्हणून. तशाही आता त्या पूर्वापार चालत आलेल्या प्रथा कोण सांभाळतोय? आता सर्व नवं हवंय सर्वांनाच.

'मलाही हवं बुवा काहीतरी नवं. तुला नकोय? अरे बोल रे राजा. अजिबात घाबरू नकोस. मी काही तुझ्या डोक्याची सहस्र शकलं करणार नाहीये. मला अजिबात 'खुनी भूत' म्हणून जगायचं नाहीये.'

राजा विक्रमादित्य संभ्रमात पडला. वेताळ म्हणतोय ते खरं का? असा विचार करू लागला. बोलावं का ह्याच्याशी? कुणास ठाऊक, अजून किती काळ साथ राहणार?

'अरे बोल. तू म्हणतोयस ना तुझ्या मनाशी ते अगदी बरोबर आहे. अजून किती काळ असेल आपली साथ?'

हा चक्क वाचतोय आपल्याला, हे जसं विक्रमादित्याच्या लक्षात आलं, तसा तो जरा ताठरला.

वेताळ म्हणाला, 'ठीक. आखड अजून! माझं काय जातंय? आता ऐक.'

'एक भव्यदिव्य राजवाडा आहे. संगमरवरी. झकास पॉलिश केलेला. त्या संगमरवरात स्वत:चं प्रतिबिंब दिसेल असं चकाचक पॉलिश. नक्षीकाम केलेले प्रचंड मोठे संगमरवरी खांब. मोठ्ठाले घुमट. राजवाड्याच्या चहुबाजूंनी फुललेली मोठ्ठी बाग! आणि सप्तरंगी कारंजं – भव्य, अगदी बागेच्या मधोमध! ह्या राजवाड्यात सर्वत्र टांगलेली झुंबरं आणि प्रत्येक झुंबरात असंख्य मेणबत्त्या. असं म्हणतात की, पूर्वीच्या काळी जेव्हा ह्या मेणबत्त्या नव्हत्या आणि वातीचे दिवे प्रज्वलित केले जायचे तेव्हा रोज साडेअठ्ठ्याऐंशी किलो तेल लागायचं. हां, आता 'किलो' असं मी म्हणतो, त्यावेळचं माप वेगळं होतं.'

पण पुढे मेणबत्त्यांचा शोध लागला, तर रोज साडेतीन हजार मेणबत्त्या

पेटवल्या जायच्या. आता ती झुंबरं तशीच आहेत, पण त्या झुंबरांच्या आजूबाजूने विजेच्या वायर्सचं जंजाळ झालं आहे.

पूर्वी दागिन्यांचे पेटारे, धान्याची गोदामं, थंडाव्यासाठी वाळाचे पडदे असं बरंच काही होतं. पण काळ बदलत गेला. नवे नवे शोध लागले. राजघराणी, राजेशाही खालसा झाली, माणसांचा ह्या राजवाड्याच्या दिशेने अव्याहत सुरू राहिलेला ओघ रोडावला. दागिन्यांचे पेटारे गायब झाले आणि गोदरेजच्या तिजोऱ्या आल्या, धान्याची गोदामं अडगळीचं सामान ठेवण्यासाठी वापरात येऊ लागली आणि धान्य छोट्या-मोठ्या पत्र्याच्या डब्यांमध्ये मावू लागलं. ते वाळ्याचे सुवासिक पडदे गेले आणि एअर कंडिशनर घोंघावू लागले.

राजवाडा आणि तो चकाकणारा संगमरवर मात्र अजूनही तसेच आहेत.

ऐकतोयस ना राजा? अरे नुसतं 'हूं' तरी म्हण!'

'हूं.'

'अरे वा! आता मला शंभर टक्के खात्री पटली की, तुलाही काहीतरी नवं करण्याची इच्छा आहे.'

'तू बोल. मी ऐकतोय.'

'ठीक. तर अशा त्या नवं रूप घेतलेल्या राजवाड्यात मी गेलो. पूर्वी जिथे दरबार भरला जायचा तिथे आता मोठ्ठा एलसीडी टीव्ही लावला गेला आहे. महाराणी आणि त्यांच्या दासी निरनिराळ्या मालिका पाहण्यात गुंग झाल्या होत्या. तेवढ्यात एका दालनातून एक स्त्री बाहेर आली आणि महाराणींच्या मंचकावर विराजमान झाली. महाराणींनी एक कोपिष्ट दृष्टिक्षेप त्या स्त्रीकडे टाकला, पण त्या स्त्रीने त्यावर नुसतीच मान उडवली आणि ती टीव्ही मालिका बघू लागली. नंतर त्या स्त्रीच्या मनात काय आलं कुणास ठाऊक, तिने रिमोट कंट्रोल घेतला आणि चॅनेल बदलला.'

महाराणी अजूनच कोपिष्ट झाल्या, म्हणाल्या, 'चंचला, तू तुझ्या दालनात जाऊन तुला जे हवं ते बघ. महाराजांनी तुला वेगळा टीव्ही दिला आहे ना आणून!'

'पण तो एलसीडी नाहीये.'

'चित्र सारखंच दिसतं ना पण!'

'मग तुम्ही घ्या तो टीव्ही. नाही तरी किती रुसला होतात तेव्हा महाराजांवर, केवळ मला वेगळा टीव्ही आणून दिला म्हणून.'

'मी रुसले होते हे खरं. पण काय करणार? मी तर फक्त नावाची महाराणी आहे. तुम्ही आवडत्या राणी आहात आणि मी नावडती.'

'असंच काही नाही. त्यांनी हा एलसीडी तुमच्याचसाठी घेतला ना?'

'कशाला उगीचच वाद उकरून काढताय? आणि आम्हाला कष्टीही करताय!'

'महाराजांनाच विचारा. मला ते तसं म्हणालेही.'

'हे? काय म्हणाले?'

'म्हणाले की, महाराणींना हा एलसीडी आणून देतो. तू तुझ्या दालनात वेगळा टीव्ही बघ. राजवाडा महाराणीच सांभाळतात. त्यांचा जास्त वेळ दरबारातच जातो. त्यांना तिथे मनोरंजनासाठी तो उपयोगी पडेल.'

'मनोरंजन? आमच्या दालनात आम्हाला जायची, विश्राम घेण्याची इच्छा असते. पण त्या दालनात चार भिंतींपलीकडे अजून काहीही नाही. विश्राम घेताघेता मनोरंजन होण्याची सोय तुमच्या दालनात आहे. तुम्ही जा इथनं. आम्हाला विनाकारण कष्ट देऊ नका.'

'मी कष्ट देत्ये? मी?' असं म्हणून आवडतीने मुसमुसायला सुरुवात केली.

'आता तुम्हाला रडायला काय झालं?'

'मी दुसरी ना म्हणून हे असं होतंय. मला काही अधिकारच नाहीत. मी म्हणजे नुसती एक बाहुली!'

'हो ना! सुंदर आहात ना, लाडक्याही आहात. तुम्हाला काम करायला सांगितलं तर राजवाडा भूकंप झाल्याप्रमाणे हादरेल.'

'हे फारच होतंय.'

'तेच आम्हीही म्हणतोय.'

तेवढ्यात महाराज त्यांच्या दालनातून बाहेर आले.

'काय चाललंय दोघींचं!'

महाराणी चटकन् उठून उभ्या राहिल्या.

'कशाला चाललेत हे वादविवाद?'

'महाराज...'

'आम्ही ऐकलंय सर्व. महाराणी तुम्ही तुमच्या दालनात जा आणि राणी तूही जा.' दोघीही एकमेकींकडे रागीट दृष्टिक्षेप टाकून निघून गेल्या.

महाराजांना काय करावं कळेना. टीव्हीवर वर्षोन्‌वर्षं चालणारी आणि कधीच संपणार नाही असं वाटणारी एक मालिका चालू होती. महाराजांनी पाचच मिनिटं मालिका बघितली आणि एलसीडी ऑफ करून टाकला. त्यांनी टाळ्या वाजवल्या आणि दास महालात प्रविष्ट झाला. महाराजांनी आज्ञा दिली.

'प्रधानांना बोलवा – '

आता राजा विक्रमादित्या, तुला आश्चर्य वाटेल की, राज्यं तर खालसा झाली. तरीही 'प्रधान' कसा काय?

'नाही. मला आश्चर्य वाटत नाहीये. कारण अजून अशी कितीतरी राज्यं आहेत जी स्वत:ची परंपरा सांभाळत आहेत. त्यांचं स्वत:चं जे खाजगी आयुष्य आहे,

त्यांची स्वत:ची जी खाजगी मालमत्ता आहे, ती सांभाळत आहेत. ते अजून राजेच आहेत आणि म्हणून त्या राजांचे प्रधानही आहेत.'

'अगदी योग्य! तर महाराजांनी प्रधानाला बोलावणं पाठवलं. प्रधान हजर झाला. महाराज त्याला म्हणाले, 'प्रधानजी, काय बातमी?'

प्रधान उत्तरला, 'सर्व क्षेम आहे महाराज.'

'बँकेत जाऊन आमच्या खाजगी खात्यात किती रक्कम शिल्लक आहे ते पाहून या. नाहीतर स्टेटमेंटच घेऊन या.'

'जशी आज्ञा पण महाराज अचानक ही माहिती कशासाठी? अजून माह संपण्यास बारा दिवस बाकी आहेत.'

'प्रधानजी, ह्या दोन राण्यांनी आमचं शांत जीवन अशांत करून टाकलं आहे. आम्हाला दोन एलसीडी टीव्ही खरेदी करायचे आहेत.'

'महाराज, हल्लीच हा टीव्ही या दरबारात स्थानापन्न झाला आहे. त्याचेच हप्ते अजून भरायचे आहेत.'

'कल्पना आहे आम्हाला. पण कधीकधी उपाय नसतो. तुम्हाला नाही समजणार. आमच्या आज्ञेचे पालन करा.'

'जशी आज्ञा.'

महाराज विचाराधीन झाले. कुठला मोह पडला? का? एक महाराणी असताना दुसरीकडे नजर का वळली? पूर्वीच्या काळी दोनच काय, पण सात-साठ लग्नं राजे महाराजे करायचे. कधी पुत्रप्राप्तीसाठी, तर कधी राजकारणामुळे, तर कधी संपत्ती आणि राज्य काबीज करण्यासाठी. नाही तर आवडती-नावडतीच्या कथा बाल्यावस्थेत ऐकलेल्या असल्यामुळे आपल्यालाही अशाच दोन तरी राण्या हव्यात, या भंपक कल्पनेमुळे. मी का अशी दोन लग्नं केली? तो काळ तर कधीचाच मागे पडला. ह्या काळात राज्य विलीन झाली. ती संपत्ती, ते ऐश्वर्य इतिहासजमा झालं. तरीही? हा केवळ मोह! त्या सौंदर्यस्पर्धेत मुख्य पाहुणा म्हणून गेलो आणि सर्व घोळ झाला. ती युवती सुरेखसा पदन्यास करत अशी सामोरी आली! तिचा तो तोकडा वेष, तो लांबसडक मोकळा केशसंभार आणि ती कमनीयता! क्षणाचाही विलंब न करता, इतक्या प्रजाजनांसमोर तिला विवाहाची मागणी घातली आणि माझा नावलौकिक जाणून असलेली ती युवती क्षणाचाही विलंब न लावता होकारती झाली! तोच, तोच क्षण ज्याने माझ्या जीवनाला तराजूत टाकलं. महाराणींना महत्त्व देऊ की ह्या राणीला? त्या सुंदर युवतीला समवेत घेऊन मी जेव्हा राजवाड्यावर आलो तेव्हा औक्षण करण्यासाठी कुणीही पुढे आलं नाही. नव्या राणीला तिचं दालन दाखवून मी महाराणींच्या दालनात गेलो. मी गेलो आणि महाराणींनी माझ्या समोर माझी मखमली उशी धरली. म्हणाल्या, 'महाराजांना आता या दालनात स्वारस्य नसेलच.

नव्या राणीचं कोडकौतुक आणि आपला विवाह आम्ही टीव्हीवर बघितला आहे. वाऱ्यासारखी बातमी राजवाडाभर पसरली आहे.'

'महाराणी, जरा आमचंही ऐकून घ्यावं. आम्हाला मोह झाला हे आम्ही नाकारत नाही. पण तुम्ही जरा आमचाही विचार करावा.'

'म्हणजे?'

'गेले अनेक महिने आम्ही आपल्याला सांगत आहोत, जरा स्वत:कडे बघा. आपलं शरीरमान दिवसागणिक इंच इंच वाढत चाललंय. काळजी घ्या. तुमच्यासाठी आम्ही राज्यातलं सर्वांत महाग असं जिम निवडलं आणि वर्षभराचे पैसेही भरले. पण तुम्ही एक महिना जेमतेम गेलात. गाडी, ड्रायव्हर सेवेला हजर असूनही तुम्ही जाण्याचे कष्ट घेतले नाहीत.'

'त्याचा आणि ह्या दुसऱ्या लग्नाचा संबंध काय?'

'आहे ना! आम्हाला तुमच्या सोबत कुठल्याही समारंभांना जाणं अशक्य होतं. आम्ही एवढे रुबाबदार, पिळदार शरीरयष्टी असलेले आणि तुम्ही, आमची राणी नाही तर माता वाटता. आम्हाला लाज वाटते ह्याची.'

'फक्त शरीर बघता आहात, मन नाही.'

'आमचं मनही तुम्ही बघत नाही आहात. जाणून घ्यायचा प्रयत्न करत नाही आहात.'

'निदान एक तरी विचार करायचा होतात, आपल्या राजकन्येचा. त्यांना काय वाटेल?'

'ती चिंता आपण करू नये. आम्ही करू.'

'असं? ठीक तर. पण मला हा विवाह मान्य नाही. आता काळ बदलला आहे. दुसरा विवाह करावयाचा झाल्यास आधीचा विवाह रद्दबातल व्हावा लागतो. आपण घटस्फोटित नाही आहोत. कायद्याने हा विवाह नियमबाह्य आहे.'

'त्याची आम्हास कल्पना आहे. एक तर तुम्ही ह्या राजवाड्यात ख्याली-खुशालीने राहू शकता किंवा आम्ही आपली सोय आपल्या फार्म हाउसवर करू शकतो. जर इथेच वास्तव्य ठेवलंत तर राजवाड्यावरचे सर्व अधिकार आपल्याच हाती राहतील हे आमचं आपणांस वचन आहे.'

'मग महाराणींनी कोणता निर्णय घेतला?' राजा विक्रमादित्याने पृच्छा केली.

'हे राजा, तुझं माझ्या कहाणीकडे लक्षं नाहीसं दिसतंय. हा मधला विवाहाचा कथाभाग हा फ्लॅशबॅक होता.'

'वेताळा, मी खरंच कुठल्यातरी दुसऱ्याच ट्रॅकवर गेलो होतो. क्षमस्व! तर महाराजांनी प्रधानजीला बँकेत पाठवलं – बरोबर?'

'हो. अगदी पैकीच्या पैकी मार्क!'

'पण वेताळा, केवळ जाडेपण हे कारण दुसऱ्या विवाहास कारणीभूत ठरू शकतं?'

'ठरलं ना! आज जगात सर्वत्र केवळ वरपांगी सौंदर्याचा उदो उदो होत आहे. तेच सातत्याने बिंबवलं जात आहे. आता राजा, तू टीव्ही बघतोस?'

'हो. बघतो ना.'

'त्यातल्या जाहिराती बघतोस?'

'बघाव्याच लागतात, नाइलाज असतो.'

'प्रत्येक जाहिरात काय सांगते?'

'काय?'

'तुम्ही अमुक एक प्रॉडक्ट वापरा, म्हणजे सुंदर दिसाल. तमुक एक वापरा म्हणजे सुखी व्हाल, अमुकतमुकमुळे तुमचं आणि तुमच्या कुटुंबाचं आयुष्य सुंदर आणि सुखी होईल. हो ना?'

'हो.'

'ह्याचा अर्थ, अमुक एक वापरलं नाही तर तुम्ही कुरूप दिसाल, तमुक एक वापरलं नाहीत तर तुम्ही दु:खी व्हाल. अमुकतमुक न वापरल्यामुळे तुमचा आणि तुमच्या कुटुंबाचा अगदी बट्ट्याबोळ होईल.'

'हो. खरंच. असाच अर्थ निघतो.'

'मग राजा आता मला सांग मी म्हणतो ते खरं की खोटं?'

'एकदम खरं. अरे पण ह्यामुळे 'संसार, कुटुंब' ही संस्था हळूहळू लयास जाईल.'

'अगदी जाईलच असं नाही, पण शक्यता नाकारता येत नाही.'

'बरं. मग पुढे काय झालं?'

'हो. तर प्रधानजी बँकेत जाऊन आले. महाराजांना म्हणाले, 'महाराज, आपल्या खाजगी अकाउंटमध्ये आता फक्त बावन्न हजार चारशे एकोणीस रुपये, शहाण्णव पैसे शिल्लक आहेत.'

महाराजांना आश्चर्य वाटलं. ते म्हणाले, 'फक्त?'

'होय महाराज.'

'मग हा तिढा सुटणार कसा? महाराणी ह्या राजवाड्याचा कारभार सांभाळतात. त्यांना नाखूश ठेवलं तर आम्हाला त्रास होईल. त्यांनाही त्यांच्या दालनात टीव्ही आणून दिल्याशिवाय गत्यंतर नाही.'

'पण महाराज, ही तर अगदी क्षुल्लक बाब आहे. इथे एवढा मोठा एलसीडी असताना –'

'प्रधानजी, ती आपल्या दृष्टिकोनातून क्षुल्लक बाब आहे. पण... ह्या बायका...'

'महाराज, मी आपल्या वेदना समजू शकतो.'

'नाही प्रधानजी, वेदना समजणं आणि त्या प्रत्यक्षात सहन करणं ह्यात जमीन-अस्मानाचा फरक आहे.'

'दासास काय आज्ञा आहे?'

'एक टीव्ही ताबडतोब घेऊन या.'

'जशी आज्ञा. पण त्यामुळे आपलं खाजगी अकाउंट अगदीच खुळखुळा होणार आहे.'

'आम्ही ते वेळ घालवण्यासाठी वाजवत बसू.'

'जशी आज्ञा. इथे ह्या चेकवर हस्तरेखा उमटवाव्यात.'

'प्रधानजी, आम्ही सिग्नेचर करतो.'

'ठीक.'

'म्हणजे तीन माणसांकरता तीन टीव्ही?'

'होय विक्रमादित्या.'

'हा तर पैशांचा अपव्यय.'

'होय. पण स्त्रीहट्टापुढे भले भले नमतात.'

'काही हरकत नाही. निदान त्या राजवाड्यात शांतता तरी प्रस्थापित झाली, हे काय कमी? महाराज शांत चित्ताने निद्रिस्त होऊ शकत असतील...'

'हा तुझा भ्रम आहे राजा. एक कारण निवारण केलं हे खरं, पण दुसरं प्रस्थापित व्हायला वेळ लागतो का?'

'म्हणजे असंतुष्टता कंटिन्यू?'

'होय. हा तर मानवधर्म! असंतुष्टतेशिवाय आयुष्य नाही.'

'प्रगतीही नाही. जे आहे त्यातच जर समाधान वाटू लागलं तर नवनवे शोध लागणार तरी कसे? असंतुष्टता हीच प्रगती आहे, तिचं केंद्रस्थान आहे, वेताळा!'

'मला हे पटतं. पण ही असंतुष्टता कुठल्या संदर्भात आहे ह्याला अतीव महत्त्व आहे. गैर इच्छेत आणि ईर्षेमधून जर ह्या असंतुष्टतेचा जन्म झाला असेल तर हाती फक्त अस्वास्थ्यच येतं.'

'तेही योग्य! पण मग. गैर काय आणि अ-गैर काय?'

'जे रसातळाला नेतं ते गैर आणि जे वर, वर नेतं ते अ-गैर!'

'वा, वेताळा, अगदी समजेल असं बोललास.'

'हल्ली शिक्षण ह्याच पद्धतीने दिलं जातं.'

'आपलं विषयांतर होत आहे. असंतुष्टतेचं कारण?'

'हक्क!'

'म्हणजे काय?'

'महाराणींकडे सर्व हक्क असल्याकारणाने राणीला काय करावं ते समजत नसे. महाराणी तिच्या आवडीनुसार आणि मूडनुसार जेवण बनवायची.'

'स्वत:?'

'भलतंच? तिच्या दासीला तशी ऑर्डर द्यायची.'

'हां. हे ठीक!'

'पण त्यामुळे राणीला तिच्या मनाप्रमाणे, आवडीनुसार भोजन प्राप्त होत नसे.'

'मग, महाराजांकडे तक्रार का नाही केली गेली?'

'केलीना – राणी महाराजांना म्हणाली, 'टीव्हीवर 'रसोई' म्हणून किती उत्तम कार्यक्रम असतो. पदार्थ नुसता बघूनही तो किती चविष्ट असेल हे समजतं. आपणही असा पदार्थ ग्रहण करावा, असं महाराजांना वाटत नाही का?'

'आम्ही 'रसोई' बघितलं नाहीये.'

'तरीच. आता आमच्या संगतीने बघावी. काय ते पदार्थांचे रंग नि ते पदार्थ शिकवणारा रसोईया!'

'तुम्हांला तो रसोईया आवडला?'

'आपण पण ना – काहीही बोलता. अहो तो रसोईया, एक पुरुष असूनही इतके निरनिराळे चविष्ट पदार्थ बनवतो हे कौतुकाचं नाही का? खरंतर हे आम्हा स्त्रियांचं काम. पण आपल्या राजवाड्यात तेच तेच पदार्थ बनत राहतात. वर्षोन्‌वर्षं तीच चव.'

'म्हणजे. तुम्हाला म्हणायचंय तरी काय?'

'म्हणून काही उपयोग आहे का? काही बोलले तर आपल्याला वाटेल मी महाराणींबद्दल तक्रार करत्ये.'

'हा असा विचार करू नका. बोला, तुमची काय इच्छा आहे?'

'मी 'रसोई' बघते ना, ते पदार्थ कसे बनवायचे ते लिहून ठेवलंय. मी करू का ते पदार्थ?'

'हा गहन प्रश्न आहे. महाराणींचा हक्क आम्ही डावलू शकत नाही.'

'पण का? दर दोन दिवसांआड गवार, नाही तर पापडी, नाही तर दुधीभोपळा, मला आता उबग आलाय. त्या तुमच्या महाराणीला अजून वेगळं काहीच येत नाही. तीही झाल्ये त्या भोपळ्यासारखीच. शी:!'

'अदब सुटते आहे.'

'सुटलीच आहे. मी किती स्वप्नं रंगवली होती. मी एवढी विश्वसुंदरी! आज जर मी ह्या दगडी बांधकामामधून बाहेर पडले तर...'

'हा संगमरवरी राजवाडा आहे हे तुम्ही विसरत आहात.'

'म्हणजे दगडच ना? माझी घुसमट होत्ये इथे. ना कसला हक्क, ना काही साध्य, माझ्या नंतरच्या विश्वसुंदऱ्या मोठ्या नट्या झाल्या, नावाजल्या आणि मी? रसोई बघत जीवन कंठत्ये.'

'राणी, आम्ही तुमच्या जीवनाची वाट लावली. पण आम्हीही तेव्हा स्वत:ला रोखू शकलो नाही. तुम्ही आपल्या 'रसोई'मध्ये लुडबूड करा. आमची संमती आहे.'

'खरंच?'

'हो.'

'वेताळा, मग पुढे काय झालं? लवकर सांग.'

'सांगतो राजा, धीर धर.'

'अशक्य. महाराजांनी त्यांचं वचन मोडलं. रसोई ताब्यात येणं म्हणजे सर्वाधिकार प्राप्त होणं. महाराणींचा अधिकार लोप पावणं.'

'होय. पण त्या महाराणी आहेत, हे विसरून चालणार नाही. प्रत्यक्ष राज्य जरी लयास गेलं असलं तरी 'महाराणी' हा किताब त्या मिरवत होत्या. त्याचा काही ना काही गुण लागणारच.'

'म्हणजे? महाराणींनी राणीला लुडबुड करू दिली नाही?'

'दिली, पण नुसतंच बूड टेकू शकेल इतकीच.'

'आम्ही समजलो नाही.'

'विक्रमादित्या, त्यासाठी राज्य नसलं तरी राजकारण यावं लागतं.' महाराणी राणीला म्हणाल्या, 'ही रसोई हवी आहे ना? घ्या की. नाही तरी आम्हाला सतत ही तजवीज करत बसायचा कंटाळा आला होताच. आमची राजकन्या गेली तिथे परदेशात शिक्षणासाठी! महाराज, तुम्ही आणि आम्ही! तीन माणसं फक्त! काय करायचं रोज निराळं? त्यात तुमच्या सततच्या मैफिली. मग उरलो फक्त आम्हीच! आनंद आहे, रसोई तुम्ही सांभाळायला लागला की त्या मैफिलींना जाणं आपोआपच बंद होईल.' आणि मग महाराणी बोलल्या तैशा चालल्या!

चार दिवस 'रसोई' शिजली.

आणि महाराज त्या रसोई प्रयोगांना विटले.

आणि पुन्हा गवार, पापडी, दुधीभोपळा शिजू लागला.

'असं का झालं वेताळा?'

'त्याचं असं आहे राजा, की महाराजांनी बघितलं ते नुसतं रूप. पण रंग नंतरच समजला. महाराणी आधी सुग्रण होती, पण ह्या द्वितीय विवाहाने तिला कुग्रण करून टाकलं. भले गवार, पापडी, दुधीभोपळा शिजत होता, पण त्यालाही चव होती. हे

महाराजांना 'रसोई' शिजल्यावरच उमगलं.'

'वेताळा. तुला एक गोष्ट माहीत नसेल.'

'ती कोणती?'

'पाश्चात्त्य देशांतील प्रजेने आपल्या साथीदाराच्या निवडीबाबत एक नामी युक्ती शोधून काढली आहे.'

'असं?'

'होय. ही युक्ती म्हणजे, युवती आणि युवक म्हणजे प्रारंभी ज्या दोघांना एकमेकांबद्दल प्रेम-भावना उद्युक्त होते ते दोघं विवाह बंधनात स्वत:ला बांधून न घेता तसेच एकत्र राहतात. काही काळ एकत्र वास्तव्य केल्यावर त्यांना उमगतं की, आपण एकमेकांसाठी उत्तम जोडीदार आहोत किंवा त्यांना असंही उमगतं की, आपण एकमेकांकरता वाईट जोडीदार आहोत. मग ज्याप्रमाणे हे उमगणं असेल – त्याप्रमाणे ते पुढची वाटचाल करतात.'

'हे भयप्रद आहे राजा!'

'कसंही म्हणू शकतोस तू वेताळा!'

'राजा, मला तुझ्याकडून ह्या उत्तराची अपेक्षा नव्हती.'

'मी उत्तरं देणारा कोण? वर्षानुवर्षं विवाह करून, वैवाहिक जीवन जगल्यानंतरही आयुष्याच्या अखेरीस काडीमोड घेणारी अनेक दांपत्यं मी बघितली आहेत. आणि अगदी प्रेमविवाह करून विवाहास पाच-सात वर्षंही पूर्ण होत नाहीत आणि काडीमोड घेतला जातो, असेही जोडीदार बघितले आहेत. कुठे जातं ते प्रेम, त्या आणाभाका, एकमेकांशिवाय जगणं अशक्य आहे, अशी असणारी भावना?'

'राजा, म्हणून काय विवाह न करताच ट्रायल बेसिस म्हणून वैवाहिक आयुष्याचा उपभोग घ्यायचा?'

'मी तसं म्हणत नाहीये. पण आता वेताळा तूच सांग, केवळ जाडेपण हे दुसऱ्या लग्नाला उद्युक्त करणारं कारण असू शकतं का?'

'मी तसं म्हणत नाहीये.'

'मग आपण दोघं नक्की म्हणतोय तरी काय?'

'तेच तर समजत नाहीये.'

'मग न समजणाऱ्या गोष्टी आपण का बोलतो आहोत?'

'उगीचच. जरा गॉसिप!'

'माझा अमूल्य वेळ तू वाया घालवतो आहेस वेताळा.'

'नाही राजा. जरा विचार कर – विवाहाबद्दल.'

'पुन्हा तेच. तू नि मी विचार करण्याचं प्रयोजनच काय? विनाकारण मला मौनव्रत सोडायला भाग पाडलंस. शेवटी परंपरा ती परंपरा! जतन केलीच पाहिजे.'

'हो ना! हेच तर उत्तर आहे. परंपरा जोपासली पाहिजे. एकपती-एकपत्नी व्रत सांभाळलं पाहिजे. पाश्चात्त्यीकरण होऊन उपयोग नाही. त्याने हडेलहप्पी माजेल. त्यामुळे एकमेकांना एकमेकांची बांधिलकी नकोशी वाटेल. वस्त्र बदलल्याप्रमाणे जोडीदार बदलले जातील. त्यातून जन्मास येणाऱ्या संततीला आपले माता-पिता कोण हे कळणार नाही. ऑफिशिअली व्यभिचार माजेल. जो आत्ता भीड असल्याकारणाने जरा तरी कह्यात आहे.'

'वेताळा, आज उत्तर तू देतो आहेस?'

'काय करणार? तो राजवाडा, ते महाराज, महाराणी आणि राणी ह्या सर्वांनी मिळून मला संभ्रमात टाकलं आणि कधी नव्हे ते या भुताच्या वेषातून मनाने बाहेर पडून मनुष्य वेषात प्रवेश केला आणि विचार शृंखला सुरू झाली.'

'पण वेताळा, तू तर नित्य सत्यकथा कथित करतोस. आज मितीला असा कुणी महाराजा, महाराणी, राणी अस्तित्वात असल्याचं ऐकिवात नाही.'

'योग्य! आजमितीला ह्यांपैकी कुणीच अस्तित्वात नाहीत. राजा विक्रमादित्या, ही सत्यकथा तुझ्याच पूर्वजांची आहे – '

हे ऐकताक्षणी विक्रमादित्याने प्रेतातल्या वेताळाला प्रेतासकट धाडकन जमिनीवर आपटलं, पण आवाज होण्याव्यतिरिक्त काहीच झालं नाही. वेताळ प्रेतासकट उडाला. राजा त्याच्या मागे जीव तोडून धावू लागला.

झाडावर लटकता लटकता वेताळ मोठ्यांदी ओरडला.

'दुसऱ्याच्या संदर्भातल्या अशा कथा ऐकायला चांगल्या वाटतात ना? पण हेच स्वत:बद्दल किंवा स्वत:च्या आप्तांबद्दल ऐकायला लागलं तर त्रास होतो. हो ना राजा?'

शोध

राजा विक्रमादित्य चिंतित होता. हा राजमहाल इतका पुरातन... अनेक पिढ्यांचं इथे बहरास येणं आणि काळानुसार त्यांचं अस्तित्व नाहीसं होणं. पण आजतागायत अशी शक्यता कधीच कुणी उच्चारली नव्हती की, या राजमहालात भूत-पिशाच असेल. परंतु आजकाल राजा विक्रमादित्याच्या कानांवर तशी ओझरती चर्चा पडत होती. राजाला हसू येत होतं. वर्षानुवर्षे, युगानुयुगं त्याचं नातं अशाच एका पिशाचाशी होतं आणि त्याचं त्याला कधी भय वाटलं नव्हतं. त्याला म्हणजे पिशाचाला 'वेताळ' का म्हणायचं, हेही त्याला ज्ञात नव्हतं आणि ज्ञात व्हावं असा राजाने कधी यत्नही केला नव्हता.

राजमहालात एक प्रकारची गूढता निर्माण झाली आहे, हे मात्र राजाला जाणवत होतं. एक भीती-भय. 'भय का निर्माण होतं?' वेताळाला विचारायला हवं. खरंतर वेताळ म्हणजे नक्की कोण? आणि का आपल्याला त्याला भेटावंसं वाटतं? आपण मानव असूनही वेताळाकडे कसे काय आकृष्ट होतो?' राजाच्या मनात प्रश्नांची मालिकाच सुरू झाली.

'सर्वसामान्य माणसांना कसलं भय असतं रे वेताळा? आणि का? किती प्रकारचं भय असतं? वर्गवारी काय ह्या भयाची?'

'राजा, आज हे असे सवाल का मनात उद्भवत आहेत?'

'जितक्या मानवांच्या तऱ्हा, तितकी भयाची व्याप्ती. हो ना?'

'हो. सत्य आहे. परंतु...'

'वेताळा, ती स्त्री बघ... काय होतंय तिला?'

'ते जाणून घ्यायला हवं. तर उमजेल.'

'चल. बघू या...'

एक विचित्र भय. खरंतर भीती, भय ह्या शब्दांचा मला प्रचंड तिटकारा आहे. कधीपासून? अगदी... न कळत्या वयापासून का? असेलही.

लहानपणी भीती वाटायची अंधाराची. अंधार म्हणजे प्रकाशाची गैरहजेरी. अंधार असतोच. प्रकाश निर्माण करावा लागतो. प्रकाशात येण्याची धडपड. एकदा

का प्रकाशात आलो की आधार वाटायचा. जन्म काळोखात होतो म्हणून अंधाराची भीती वाटते का? 'जन्म' हीच खरी भीती. म्हणजे जन्म नसता तर मरणाची भीती वाटलीच नसती. पण आईच्या उदरातला तो जन्म. पुढले अंधारातले नऊ महिने. त्याची खरंतर सवय झालेली असते आणि तरीही प्रकाशाची भीती न वाटता अंधाराची भीती वाटत राहते. थोडं मोठं झाल्यावर समजलं होतं की, अंधार भीतिदायक, भयावह नसतो. मग प्रकाश, उजेड... तर उजेडात दिसणाऱ्या गोष्टींची भीती वाटू लागली. झुरळ! बाप रे! झुरळाची भीती का? ह्याला उत्तर नाही. असंख्य जिवांसारखा तोही एक जीव. पण तरीही. आई भ्यायची झुरळाला. ती झुरळाला बघून ओरडायची. ती ओरडली की, आपल्याला भीती वाटायची. तिच्या ओरडण्याची भीती वाटायची की ती जी वस्तू बघून ओरडते त्या वस्तूची भीती! अर्थात वस्तू. वस्तू काय म्हणत्ये मी? जीव... झुरळ! त्याच्या त्या दोन मोठ्ठाल्या मिश्या आणि एकंदरीतच त्याचं रंग-रूप! बेगॉन स्प्रे मारला की ते मरतं हे समजलं तेव्हा मी शूर झाले. भीती कमी झाली.

एका भीतीची जागा लगेचच दुसरी गोष्ट घेते. आग! सायन्समध्ये शिकवलं गेलं, आग दिसली की आधी पाणी ओतायचं. पण उकळलेलं पाणीच जर अंगावर पडलं तर मग? भाजण्याची भीती! रस्त्यावरून जाताना कुणी ॲसिड फेकेल... भीती. कारण हवंच त्यासाठी असं नाही. गैरसमजूत होऊनही कुणी दुसरीवरच ॲसिड फेकून पलायन करतं.

या भीतीची यादी वय वाढत जातं तशी वाढतच जाते. सुसाट धावणाऱ्या गाड्या, मारामारी, गणित, इंग्रजी, परीक्षा... परीक्षा म्हणजे भीतीचा मुकुट. एकवीस वर्षं सतत झगमगत राहणारा. अजून मोठी झाले आणि ह्या मुकुटात शिरपेच खोवला गेला भीतीचा. ही भीती माणसांची! काही काही माणसं भीतिदायक वाटू लागली. त्यांचं अस्तित्व भयकारी! त्यांचा आवाज जिवाचा थरकाप उडवणारा. ह्या भीतीने तारुण्य नासवलं. अंकुर फुटला नाही. वेल कोमेजून गेली.

मग केव्हातरी जाग आली. वाटलं, का भ्यायचं?

एक बेडरपणा. भीतीवर मात करणारा आणि मग जाणवलं की, अशी माणसं स्वत:च प्रचंड घाबरलेली असतात. दुबळी असतात. हे दुबळेपण लपवण्यासाठी त्यांना त्यांचा आवाज जरुरीपेक्षा कितीतरी पटीने वाढवावा लागतो, कारण त्यांना त्यांचा आतला आवाज ऐकायचा नसतो. संपूर्ण आयुष्य ह्याच चिंतेत व्यतीत होतं. सतत हीच धडपड, हाच प्रयत्न आणि मग नंतर? नंतर एक नीरव शांतता. सगळा आटापिटा थंड, शांत! मग ते कलेवर अग्नी गिळंकृत करतो किंवा धरणी आपल्या पोटात घेते. एखादा प्राणी जर मरतो, तर काही ना काही मार्गे उपयोगी तरी पडतो. त्याचं मांस प्राणी, पक्षी खातात. पक्षी म्हणजे गिधाडं, कावळे... कातडीच्या वस्तू

बनतात... आणि अशा प्राण्यांना मनुष्य घाबरतो. असा मनुष्य घाबरतो ज्याचा मेल्यानंतरही कुणाला उपयोग नाही. पृथ्वीच्या पोटात अनेक सांगाडे असतील आणि पृथ्वीचा जरासाही भाग आज कित्येक युगं जन्मणारा आणि मरणारा मनुष्य – त्याने व्यापलेला असेल मरणोत्तर आणि अशाच पृथ्वीवर मंदिरं, घरं, चर्च, गुरुद्वारा, मशिदी उभारल्या गेल्या आहेत. पवित्रतेचं लावण्य घेऊन सजून उभ्या आहेत एका-एका धर्माच्या पवित्र खुणा! मग भ्यायचं कशाला? का?

भय गेलं. नक्कीच गेलं, पण अशी एखादी कातर संध्याकाळ येते आणि एक रुखरुख सुरू होते. एक दुसरीच संध्याकाळ आठवते. अगदी पाठलाग करते. भीती वाटते.

'भीती कशाची?'

'आयुष्याच्या अनिश्चिततेची.'

'हे काय आज नव्याने समजलं का तुला?'

'नाही.'

'मग? आयुष्यात अनिश्चिततेची. आयुष्याला फसवणारी अनेक घटनांची मालिका बघत आली आहेस तू. तीही जाहिरातींशिवायची मालिका. नो ॲड्स प्लीज! आणि त्या भीतीला मनातून पार उखडून टाकलं आहेस. होय ना? अगदी मुळासकट...'

'पण तरीही, कधीतरी वाटतं की, मीही हे सोंग घेतलं आहे बेडरपणाचं. इतरांसारखी मीही आतून घाबरलेली...'

'कशाला?'

'मरणाला, माणसांना, कधीकधी स्वत:लाही...'

'कुठलीही भीती ही नेहमीच मरणाशी निगडित असते.'

'कसं शक्य आहे?'

'आहे. पूर्वी तू झुरळाला घाबरायचीस. का?'

'आई घाबरायची म्हणून मग मलाही...'

'चूक. ते झुरळ आपल्याला काहीतरी करेल, मग आपण मरू त्यापेक्षा तेच मेलेलं बरं...'

'असेलही...'

'आणि अंधार?'

'अंधार म्हणजे? बरोबरच आहे. दिसत नाही काही. मग कुठे आपटेन, पडेन...'

'लागेल, रक्त येईल, अंधारात कुणी लपलं असेल, तर मारेल... मरण...'

'असेल. असेल.'

'चाळीतला तो डुगडुगणारा जिना. त्याचा कठडा दोरीने बांधलेला. त्यावर

चुकून रेललं तर कठडा मागे झुकणारा आणि खाली पायऱ्यांचं वाटोळं – उताराकडे जाणारं...'

'कुणाचा चुकून तोल गेला तर सरळ खाली...'

'म्हणजे मरणच ना?'

'हो.'

'मग आगीची भीती. मरण देणारी. अव्याहत मरणाची लांबलचक साखळी. कित्ती वेळा मरत असतो आपण... पण ते जगताना जाणवत नाही. पण असा एखादा क्षण येतो आणि माणूस मरतो... परीक्षा... सतत पास होत राहायचं म्हणून धडपड.'

'पण हल्ली भीती वाटण्याअगोदरच म्हणजे नापास व्हायच्या अगोदरच मृत्यूला मिठी मारली जाते, निकाल जाहीर व्हायच्या आधीच. आणि तरीही परीक्षा संपत नाहीत.'

'आता पटलं तुला.'

'मुलांची काळजी वाटते आता. दोघांचीही. मुलगी वयात आली आहे म्हणून आणि मुलगा तटस्थ होत जात आहे म्हणून. तो व्यसनी तर होणार नाही ना? कुणा मुलीला फसवणार तर नाही ना? एकतर्फी प्रेम झालं त्याला तर त्या मुलीचा बदला घेणार नाही ना? एक ना दोन. संस्कार सगळेच करतात आपल्या मुलांवर, पण समाजाच्या गर्दीत ते फार थिटे पडत आहेत आणि मुलीचं काय होणार? नहाण आलं आहे तिला. हल्ली नहाण येणं हे ते येण्याआधीच मुलींना सर्व काही समजलेलं असतं म्हणा! हे उपकार आहेत, सायन्सचे, जाहिरातींचे.'

'ऊठ आता. कातरवेळी अशी बसून राहू नकोस. उद्या दिवाळी आहे. सामान आणायचं आहे. मग कंदील लावायचा आहे. सर्व जबाबदारी तुझीच. ऊठ.'

'उठलेच. हल्ली विनाकारण मेंदूत काहीतरी घोळ होत असतो. मुलं म्हणतातच की, आई हल्ली सतत कुठेतरी हरवलेली असते. मन पार झटकून टाकलं. सगळे घरी येण्याअगोदर पटापट आवरून टाकावं. चेहरा मस्त हसरा करावा. निघावंच बाहेर.'

रस्ता वाहनांनी, माणसांनी, हरतऱ्हेच्या वस्तूंनी रंगीबेरंगी झालेला. त्या गर्दीत माझीही भर पडली. उत्साह अगदी ओसंडून वाहतोय. कंदील, पणत्या, रांगोळी, छोटे छोटे चौथरे... मस्त! बरं झालं बाहेर पडले आणि ह्या उत्साहाचा एक भाग झाले ते. चायना मेड लहान लहानसे दिवे. त्यांची माळच माळ...

हवं नको बघत-बघत, भाव करत, अगदी रमत-गमत. गर्दीला आपलंसं केलं की, गर्दीचा त्रास होत नाही. हे विनाकारण ह्या गर्दीवर चिडतात. मला वाटतं प्रत्येकाला असं वाटतं की, आपण काही कारणाने घराबाहेर पडलो की, रस्ते रिकामे

असावेत. गंमत वाटली. सिग्नल बघून थांबले. थांबायलाच हवं. गाड्या नुसत्या धावत आहेत. आता एवढ्या ट्रॅफिकमध्ये धावताना त्यांचा वेग तो काय असणार? पण गाडी म्हटलं की, धावणं हाच शब्द मनात येतो. माणूस चालतो, गाडी धावते, उंदीर पळतो. वाघ झेप घेतो. मोर नाचतो.... केवढा हा आवाज? इतका करकचून ब्रेक. एक मुलगी आपल्याच तंद्रीत रोड क्रॉस करताना दिसली. गाड्या जात-येत आहेत. कशाचंच भान नाही. तिलाच वाचवण्यासाठी दोन-तीन गाड्यांनी करकचून ब्रेक लावले. हॉर्न वाजतोय, लोकं ओरडत आहेत, गाडीतली माणसं शिव्या घालतायत, तरीही ती आपली शांत, स्वत:तच रमत-गमत रस्ता क्रॉस करत माझ्या दिशेने येत्येय. अशाही गडबडीत एक रिक्षा तिला प्रदक्षिणा घालून पुढे गेलेली आणि तिला बघत बघत रिक्षावाला पचकन् थुंकला. दोन-पाच सेकंदांचा प्रसंग... आणि क्षणांपुरती उलथापालथ. ती ह्या बाजूला पोचली. पुन्हा सर्व पूर्ववत सुरू झालं. पण ते काही क्षण भीतीची एक रेघ माझ्या अंगात उमटवून गेले. ती... केसांचं टोपलं, रंग मूळचा गोरा असावा, पण आत्ता त्यावर पुटं चढलेली दिसत आहेत. अनवाणी भेगा पडलेली पावलं – मला माझी ढम्पू आठवली. तिला ढम्पू म्हटलेलं आवडत नाही. मोठी झाल्ये ना आता, पण ढम्पू आठवली. दरमहा पार्लरमध्ये जाणारी. पेडेक्युअर, मॅनेक्युअर करणारी. नितळ पांढऱ्या-गुलाबी टाचांची! ही पण ढम्पूच्याच वयाची असेल. पायांच्या टाचेवरून माझी नजर वर गेली आणि मला धडधडायला लागलं. गुदमरायला झालं. तिच्या खमीसावरचे रक्ताचे ओलसर, सुकलेले डाग बघून प्रचंड भीती दाटून आली. तीन-चार टारगट पुरुषांनी – मुलांनी एकमेकांना टाळ्या दिल्या तिच्याकडे बघत. ते हसत होते. काहीतरी बोलत होते, गलिच्छ हावभाव करत होते आणि ती शांत होती. ओढणी बोटाला गुंडाळत, कधी केसांत खाजवत सहज चालत होती. मला लाज वाटू लागली, घाम फुटला. मी सरळ घर गाठलं, थरथरत्या पावलांनी. साधं लॅच उघडता येईना. पाणी, पाणी हवं होतं. पण....

मी पळपुटी ठरले.

कोचावर कोसळले. प्रचंड रडू येऊ लागलं. सगळे हसत होते, कुणालाही तिची कणव आली नाही. वाटलं की, सरळ दोन थोबाडीत माराव्यात त्यांच्या, पण मी काहीच केलं नाही. पळून आले.

अशीच पळून आले होते एकदा, शाळेत असताना. नुकतच नहाण आलेलं. आईने सगळं समजावून सांगितलं होतं. मी काळजी घेत होते. पण एकदा काही वेगळंच घडलं. स्राव जास्त होत होता. शाळेत अभ्यासात लक्ष लागत नव्हतं. शाळेतल्या बाथरूममध्ये जाणं म्हणजे जिवावर येई. पण गेले आणि घाबरले. पेटिकोट खराब झाला होता. प्रचंड भीती दाटून आली. कुणी पाहिलं असेल का?

काय करावं? घरी कसं जावं? मुलं-मुली हसतील. चिडवतील... रडून रडून डोळे सुजले. वर्गात जायला उशीर होत होता. बाई कविता शिकवत होत्या. खूप सुंदर. पण नाही – आणि मग पळाले तशीच. दप्तरही वर्गातच सोडून दिलं. शिपायाची नजर चुकवून घर गाठलं. पुढे किती तमाशा झाला मोठा. पण... पुन्हा दुसऱ्या दिवशी शाळेत जायची हिंमत होईना. भीती वाटू लागली. बाईंना समजलं. त्यांनी वर्गात सांगितलं असेल तर? संपूर्ण शाळा मला शोधत होती त्या दिवशी. आईने शाळेत फोन केला तेव्हा सगळं शांत झालं म्हणे...

तेव्हा पळून गेले होते आणि आत्ताही पळून आले.

कुठे गेली असेल ती? काय करत असेल? तिचा कुणी गैरफायदा घेतला तर? काय झालं असेल तिच्या आयुष्यात? कुणी तिला हाकललं?

ह्या पळपुटेपणाचा मला प्रचंड तिटकारा आला. एका स्त्रीची ही विटंबना बघून मी पळ काढला. स्त्री – एक कुमारिका, बहीण, बायको, आई... केवढं तिचं महात्म्य वर्णिलं जातं. तिला मोठं मानलं जातं. पण हे सर्व तात्पुरतं – साहित्यापुरतं! स्त्रीची शत्रू स्त्रीच का असते? स्त्रीच मुलीला जन्म द्यायला का नकार देते? रस्त्यावरची अशी बेघर स्त्री आणि सुरक्षित चार भिंतीआडची स्त्री, ह्यांच्यात खरंच फरक आहे का?

अंधारून आलं आहे. दिवे लावायला हवेत. कंदील उजळायला हवा. रांगोळी? मुलं, हे – यायची वेळ झाली. कुणा एका अनोळख्या, परक्या मुलीसाठी मी उगीचच इथे घर अंधारात ठेवलं आहे.

अजून कुणी आलं नाही. ह्या घरच्यांना सणाचंही महत्त्व नाही. घर उजळलंय, दार सजलंय, पण ते घर रिकामंच आहे. ढम्पू आता खरंच मोठी दिसायला लागली आहे. साडी नेसली की किती गोड दिसते. हळूहळू तिच्या लग्नाचंही बघायला हवं. एकदा का लग्न झालं की, मी सुटले. माझ्या विचारांची झेप इतपतच. मुलीचं लग्न झालं की, आपण आपलं कर्तव्य पार पाडलं, ती सुखात राहील. ह्या चार भिंती ओलांडून दुसऱ्या चार भिंती! की ती इथेच सुखात आहे? त्या चार भिंती कशा असतील?

दिवाळीच्या निमित्ताने काही चांगले कार्यक्रम आहेत का टीव्हीवर? आजकाल प्रत्येक सिरिअलमध्ये जे-जे सण येतात ते-ते दाखवले जातात. सेलिब्रेट केले जातात. सिरिअलमध्ये कुठला सण दाखवत आहेत हे बघून पुढल्या काळात लोकांना समजेल की, होळी दाखवत आहेत का, म्हणजे होळी जवळ आली. पंचांग बघायलाच नको. सिरियल हेच पंचांग.'

सगळ्या तारका सजल्या आहेत अगदी. तशाही चोवीस तास त्या सजलेल्याच असतात! काय साड्या नि काय दागिने... आज आता त्यात अजून भर – कुठली

सिरिअल आहे ही? कळेकळेपर्यंत जाहिराती सुरू झाल्या. नेमकं काही खायला घ्यावं तेव्हा टॉयलेट स्वच्छता मोहीम. सारखी ती हार्पिकची जाहिरात लागते. लागलीच... आणि... आता पाऊस पडू लागला. ते पावसाचं पाणी शोषून सॅनिटरी नॅपकिनचं फूल फुललं. हॅव अ हॅपी पिरेड! उड्या मारा, नाचा, खेळ खेळा... निळ्या रंगाच्याऐवजी वापरा की लाल रंगच. नाहीतरी लाजा सोडूनच दिल्या आहेत... ओता लाल पाणी...

लाल रंग...

ओलसर सुकलेला...

मी ताडकन उठले. चपलेत पाय सरकवला. दिवाळी असून दार ओढून घेतलं. तरातरा बाहेर पडले. केमिस्ट गाठला. हॅपी पिरेडसाठी व्हिस्परचं एक पाकीट विकत घेतलं. तडक चालत सुटले. वर्दळ कमी झाली होती. सिग्नलपाशी पोचायला पंधरा मिनिटं पुरली. फटाके कानाचे पडदे फाडत होते. मधूनच बाण सुटत होते. कुठे आकाश झगमगत होतं. मला कश्शाचंही भान नव्हतं. लहान लहान मुलं हातात छोटे छोटे कंदील घेऊन सिग्नलवर थांबणाऱ्या प्रत्येक गाडीच्या काचेवर टकटक करत होती. फळांपासून, विमानापर्यंत प्रत्येक वस्तू सिग्नलवर विकली जात होती आणि ह्या सर्व गोंधळात माझी नजर तिला शोधत होती.

मी धावत होते, थांबत होते, ह्या फुटपाथवरून त्या फुटपाथवर, एखादी गल्ली... हा वेडेपणा होता माझा. मला ते कळतंही होतं. घरी सगळे पोचले असतील, काळजी करत असतील. पण मला तिला भेटायचं होतं. कसंही करून. वडापावच्या गाडीजवळ... फुलं विकणाऱ्या बाईजवळ. सरबतांच्या बाटल्यांमागे, पणत्यांच्या राशीमागे. एखाद्या दुकानाच्या फळीवर... गल्लीत... अंधारी गल्ली? थोडासा अंधूक उजेड असणारी... एखादी गल्ली. दोन इमारतींच्या मधल्या जागेत... शोध घेत्ये... दिसेल का ती?... शोध... वेड्यासारखा शोध. एक अस्वस्थ शोध. तिला कुणी काही... भीतीने शोध... कुणाला विचारू का? काय विचारणार? अशी... एक मुलगी... जिच्या खमिसावर मागे रक्ताचे... नाही नाही... कुठे शोधू?

हताश... हरले. हातातलं वर्तमानपत्रांत गुंडाळलेलं ते... आनंद देणारं... वर्तमानपत्र ओलं झालं होतं. हाताला येणाऱ्या घामाने. पाय जड झाले होते. परतायला हवं – परतले. वेडेपणा! मूर्ख! मला हसू आलं. ती जरी दिसली असती. मी तिला हे दिलं असतं. तरी तिला समजलं असतं का? हे कसं वापरायचं? का वापरायचं? छे! वेडी! मीच.

आणि अचानक ती समोर दिसली. तशीच चालत – स्वत:तच. ती त्या गल्लीत जात्ये. मला तिला अडवायचं आहे. पण काय हाक मारू? मी धावत्ये. तिला गाठलंच गल्लीत. ती लोखंडी सळयांवर बसली. गल्ली अंधारी होती. अंधूक

उजेडाची. मी तिच्या जवळ गेले. फार नाही. पण गेले. तिने मान वर करून बघितलं. ती माझ्याकडंच बघत होती की माझ्या आरपार बघत होती?

'ये ले.'

'अं?'

'ले. खाने की चीज नहीं है।'

तिला शब्द समजले. ओलसर वर्तमानपत्र तिने बाजूला केलं... ती व्हिस्परचं प्लॅस्टिक उघडू लागली. 'रुक! मैं जाऊ – तो खोलना – और – और इस्तेमाल करना –'

तरीही तिने प्लॅस्टिक उघडलंच. आतून एक नॅपकिन काढला आणि तिचे डोळे... तिची ती नजर – अगदी केविलवाणी. पण त्या नजरेत दोन अश्रू तरळताना दिसले. अंधूक प्रकाशाने त्या डोळ्यांतल्या पाण्यात चमक ओतली होती. तिच्या चेहऱ्यावर हसू उमटलं.

मी माघारी आले. दिव्यांचा झगमगाट दिसत होता दुतर्फा. पण ह्या झगमगटापेक्षाही तेजस्वी दोन चमकदार अश्रू मला दिपवून टाकत होते. पूर्ण रस्ताभर!

'वेताळा, खऱ्या भुतांपेक्षा ही माणसांनी निर्माण केलेल्या परिस्थितींची भुतं फारच भयावह आहेत.'

'सत्य राजा.'

'माणसांनी असं का करावं?'

'अति झालं की गती संपते.'

'म्हणजे?'

'लहानपणी ऐकलेली म्हण आहे – 'अति तेथे माती.''

'हा अतिरेक कशाचा?'

'प्रत्येक गोष्टीचा. अगदी आपल्या मैत्रीचाही.'

'नाही वेताळा. आपली मैत्री हा अतिरेक असणं हे कदापि शक्य नाही.'

'असं कसं?'

'सध्या राजवाड्यात काय चालू आहे?'

'भय. गूढता. पिशाचाचं वास्तव्य.'

'हेच. तूच उत्तर दिलंस.'

'पण हे भय खोटं आहे. अवास्तव आहे. भय असायला हवं ते माणसांचं, त्यांच्या विकृतींचं.'

'हं!'

'पण दिलासा आहे वेताळा. आजही विकृतीपेक्षा कृती-संस्कृती जास्त आहे म्हणून माणूस जिवंत आहे.'

'हं!'

'आज राजवाड्यात आदेश निघेल. मृत आत्म्यांना भिण्यापेक्षा सजीव आत्म्यांना सांभाळा. दु:ख-क्लेष देऊ नका. भयापेक्षा अभय द्या. मी निघालो. मला हे कार्य त्वरित करायचं आहे.'

'राजा, थांब, मला माझ्या महाली कोण सोडणार?'

'तुझा तू जाऊन लटक. मला चांगल्या विचारांच्या ज्योती प्रज्वलित करायच्या आहेत...'

चित्र

'राजा, तुला मुलं किती रे?'

'का व्यथित करतो आहेस वेताळा? तुला माहीत आहे की, मी निपुत्रिक आहे. पहिल्या राणीला पुत्र झाला नाही. म्हणून मग दुसरा विवाह केला, परंतु फलित झाला नाही.'

'एका अर्थी दु:ख आहे, पण एका अर्थी ठीकही आहे.'

'असं का म्हणतोस?'

'तुला हल्लीची पिढी माहीत नाही. फार पुढे गेली आहे. जन्मत:च हुशार. आपल्यासारख्यांना कोड्यात टाकणारी. वेळप्रसंगी निरुत्तर करणारी. मूर्खात काढणारी.'

'हे मला मान्य नाही. संस्कार करणं आपल्या हातात असतं. घडवणंही आपल्याच हातात असतं.'

'असतं आणि नसतंही.'

'म्हणजे?'

'ते बघ समोर अंबिकाचं घर...'

'कोण अंबिका?'

'स्वातीची मैत्रीण.'

'आता ही स्वाती कोण?'

'ती बघ. त्या घरात. काहीतरी झालंय वाटतं तिथे. चल, बघू या.'

'वेताळा, तुला ना काम ना धंदा. तू कशात व्यग्र?'

'मी प्रत्येक ठिकाणी व्यग्र आहे. राज्य गेल्यापासून बिनकामाचा तर तूच आहेस. पूर्वी आपण केवळ रात्री भेटायचो. आता कधीही भेटतो. का सांग? कारण पूर्वी तुला न्यायनिवाडा करायला लागायचा. प्रजेचा हितचिंतक होतास. दिवस ह्यातच निघून जायचा तुझा. आता...?'

'चल.'

'स्वातीताई का?'

'हो. मीच.'

'मी कमल. अंबिकाताईंकडून...'
'हं! हं! बोल.'
'लवकर या. अंबिकाताई कसंतरीच करत्यात.'
'काय झालं?'
'तुम्ही या.'
'येते, पण काय झालंय ते सांग ना!'
'या बेगिन. साहेब, बाईसाहेब बी न्हाईत घरात. महाबळेश्वरला गेल्यात.'
'कधी?'
'झालं असतील तीन-चार कलाक.'
'येते. आईला सांगते आणि निघते. बापूही आहेत. त्यांना पण घेऊन येऊ का?'
'नगं नगं – येकल्याच या.'
'बरं. तू घाबरू नकोस. निघालेच.'

मला एकदम मोठं झाल्यासारखं वाटलं होतं. अगदी घाईघाईत, एखादं सीक्रेट, जे मला माहीत होतं फक्त – जे कुणाला सांगायचं नव्हतं. निघाले आणि तडक अंबिकाच्या घरात पोचले होते.

इतका जुना प्रसंग, आत्ता आठवण्याचं कारण काय? आहे. एकमेव कारण अधिरथ....

इतका समजूतदार मुलगा पण... आत्ता तासाभरापूर्वीचा प्रसंग...
'अधिरथऽऽ'
'अरे, अधिरथ, बाबा हाक मारतायत ना...'
'ओ बाबा.'
'आतूनच ओ दे. हाक मारल्यावर समोर यावं तर...'
'बोला. आलो – काय झालं?'
'माझं पेन कुठे आहे?'
'मला काय माहीत?'
'आत्ता तूच घेतलं होतंस.'
'माझ्याकडे माझं पेन असताना मी तुमचं पेन का घेईन?'
'बघितलंस स्वाती! हा असं करतो. हज्जारदा सांगितलं आहे की, तुम्ही माझ्या वस्तूंना हात लावत जाऊ नका म्हणून.'
'आता माझी पण गणती का त्यात?'
'तू आवरतेस ना माझं टेबल?'
'पसरलेलं असतं.'

'असू देत ना. मला त्या पसाऱ्यातही माझ्या वस्तू बरोब्बर मिळतात.'

'घर अस्ताव्यस्त दिसतं.'

'एका टेबलावरच्या पसाऱ्याने अख्खं घर अस्ताव्यस्त दिसतं?'

'तुम्ही दोघं भांडू नका यार.'

'काय रे, बापाला यार म्हणतोस?'

'नाही हो. ते तर असंच म्हणतात...'

'काही मॅनर्स नाहीत. यार म्हणतोय. पेन दे आणून आधी.'

'पुन्हा सांगतो की मी घेतलेलं नाही.'

'तूच घेतलं असणार.'

'बघ ना मॉम. असणार. म्हणजे केवळ ॲंटिसिपेशन. तुमची वस्तू तुम्हाला मिळाली नाही की ती घेणारा तो मीच. हो ना?'

'जास्त बोलू नकोस. बघितलंस स्वाती. तो मला उलटून बोलतोय आणि तू शांतपणे ऐकून घे. त्याला अडवू नकोस. काही बोलू नकोस...'

'आता ह्यात मी काय बोलू?'

'हेच. हेच. घाल त्याला पाठीशी. मी वेडा आहे ना नुसती बडबड करतोय. चांगलं वळण लावायचा प्रयत्न करतोय तर तुझं सहकार्य नाही.'

'पपा – सॉरी बाबा, मॉमला कशाला उगीचच मध्ये घेताय? आणि मी उलटून बोललेलो नाही.'

'मला तुझ्याशी बोलायचंच नाहीये. स्वाती, तू काय ते बघ. माझं पेन मला हवं. बास्!'

सौमित्र दार धाडकन आपटून निघून गेला तरातरा. मी स्तब्ध! चिरंजीव काही घडलंच नाही अशा आविर्भावात त्यांच्या खोलीत निघून गेले. मी काय करायचं? मी बसून राहिले सोफ्यावर. स्तब्ध. एखाद्या पुतळ्यासारखी. पुतळा बरा. त्याला काहीही कळत नाही. बोचत नाही. डोक्यावर कावळा बसो, कबूतर बसो की छत्रचामरं असोत. ना खेद, ना खंत. तो रडतही नाही आणि हसतही नाही. पण हसता न येणं हा शापच. खदाखदा हसता येणं म्हणजे खळखळून वाहणाऱ्या धबधब्यासारखं आयुष्य. अंबिका अशीच हसायची. खळखळून, खदाखदा. मावशी आणि काका तिच्या अशा हसण्यावर चिडायचे. असं हसणं मुलीला शोभत नाही... वगैरे वगैरे...

त्या दिवशी कमलचा फोन आला आणि निघाले. तिच्या घरी पोचले. मी बेलवरचं बोट काढण्याआधीच कमलने दार उघडलं होतं. समोरचं दृश्य बघून मी हबकले. अंबिका तशीच खळखळून खदाखदा हसत होती. हॉल अस्ताव्यस्त

पसरलेला. पुस्तकं, दप्तर, चादरी, उश्या, कॅसेट्स, फणी, रबर, पिना, उलट्यापालट्या गाद्या. त्यातच बिस्किटांचा चुरा झालेली डिश. उष्टा, ओघळ सुकलेला बोर्नव्हिटाचा मग. तशीच वस्तूंवर पाय देत देत आत गेले तर बेडरूमही पसरलेली. तिथे सगळी किचनची भांडी. गादी खाली प्लास्टिकच्या पिशव्या सरळ राहाव्यात म्हणून ठेवल्या असणार, त्याही खोलीभर पसरलेल्या. अगदी चुरगळून टाकलेल्या. कपड्यांचं कपाट रिकामं. सर्व कपडे धरतीवर विसावलेले. अंबिका हसतेय, त्या वस्तूंवर लोळतेय.

'अंबि, काय हे?'

'धम्माल.'

'अगं पण काय झालं? व्हॉट्स रॉंग विथ यू?'

'नथिंग इज रॉंग. जस्ट एन्जॉय.'

'नीट बोलणार आहेस?'

'नाही.'

'मी जाते तर मग.'

'नको. थांब गं. तू पण उडव हे कपडे. अस्से... तो बघ टॉवेल फॅनवर अडकला.'

'अंबिऽऽ'

'छोड यार...'

'तू बस शांत आता. मी आणि कमल मिळून आवरतो हा पसारा.'

'नो. डोंट टच्. हात नाही लावायचा कशालाच. टेलिंग यू.'

'कमॉन अंबि.'

'कमल, कॉफी कर मस्त.'

'अंबि, ठीक. बस इथे. नाउ टेल मी आणि आपण लहान आहोत का आता हे असं करायला?'

'नाही ना, मोठी झाले आहे म्हणूनच असं करू शकले.'

'मीन्स व्हॉट?'

'स्वाती, तू आणि मी मैत्रिणी – कधीपासूनच्या?'

'अगदी लहान असल्यापासून. आता वय नक्की आठवत नाही.'

'म्हणजे ॲट लिस्ट एट टू नाइन इयर्स?'

'यस. ऑलमोस्ट.'

'तेव्हापासून तू ह्या घरात येत आहेस.'

'हं.'

'तुला नीट सविस्तर सांगते. कॉफी आली बघ. कमल, थालीपीठ पण हवं.'

'मला नकोय. माझं पोट जाम भरलंय.'

'कमॉन. खाणार आहेस तू माझ्याबरोबर. ओके?'

'बरं गं, खाते. नाउ से, टेल मी.'

'हां, तर तू तेव्हापासून इथे येत आहेस.'

'हं.'

'तुला हे घर कायम कसं दिसत आलं?'

'अप टू डेट. क्लीन. सगळं आखीव. रेखीव.'

'म्हणजे एखाद्या चित्रासारखं. राइट?'

'परफेक्ट.'

'चित्र काढलं की काढलं. मग त्यात बदल नाही. नवीन रंगांची उधळण नाही, पानांची सळसळ नाही, पाण्याचा खळखळाट नाही, फुलांचा सुगंध नाही. रंगांना एक वेगळा गंध असतो. पण तोही रंग ओला असेपर्यंतच. नंतर तो गंध हरवतो. चित्र देखणं असतं, पण निर्जीव असतं. काही काळ आवडतंही, पण बघणारे येतात, चित्र बघतात, काही काळ त्या चित्रात रमतात आणि निघून जातात. चित्रकाराच्या कल्पनाविलासाचं त्यांना कौतुक वाटतं. पण ते जातात निघून, त्या चित्रात मुक्काम ठोकत नाहीत.'

'अंबि तू हे चित्र घराला म्हणते आहेस?'

'मी त्या चित्रात राहते. अनेक वर्षं. लहान असताना हे सर्व आवडायचं. चित्राचा अभिमान वाटायचा. मित्र-मैत्रिणींना आग्रहाने बोलवायचे. ह्या चित्रात घेऊन यायचे. त्यांना माझा हेवा वाटायचा.'

'मलाही वाटायचा.'

'तुलाही?'

'हो. तुझं स्वतःचं कपाट, स्टडी टेबल, भिंत म्हणजे ब्लॅक बोर्ड, कित्ती वेळा टीचर-टीचर खेळलो इथे. डस्टर आणि चॉकची मजा वाटायची. हाताची बोटं पांढरीफेक करायची आणि मोठा आविर्भाव आणायचा. एक एक टाइल म्हणजे एक एक स्टुडंट! त्यांना मारायला मजा यायची.'

'हेसुद्धा चित्रच ना? मग मी मैत्रिणींच्या घरी जायची. त्यांचं घर म्हणजे चित्र नसायचं; तर कलर प्लेट असायची. कोणत्याही रंगाचा ओघळ कोणत्याही रंगात मिसळलेला असायचा. त्यामुळे दोन्ही रंग आपलं अस्तित्व, स्वत्व विसरून गेलेले आणि एक वेगळाच रंग तयार झालेला त्या मिसळण्यातून. संपूर्ण कलर प्लेट अस्ताव्यस्त. मला अस्ताव्यस्त चित्रं बघायची सवयच नव्हती.

मी मग त्या बरबटलेल्या चित्रातून पळ काढायची. त्या मैत्रिणींना लाजल्यासारखं व्हायचं. पुढे पुढे त्या माझ्याकडे येईनाशा झाल्या. तू कशी काय येत राहिलीस?'

'अगं बापू आणि काका मित्र ना? मग येणारच ना आम्हीपण. बापू काकांकडे

जातोय, असं म्हणाले रे म्हणाले की, मी त्यांच्या स्कूटरवरची पाठची सीट अडवलीच म्हणून समज. काका आणि मावशी आणि हे घर, तू सगळंच प्रिय. तुला माहीत आहे ना, बापूंना तुझं किती कौतुक आहे ते?'

'हो.'

'सतत मला आणि दादाला तुझं उदाहरण देत असतात. अंबिका अशी, अगदी शिस्तीची – एक वस्तू कधी इकडेतिकडे नाही तिची... यू नो – असंच सर्व.'

'हंबग!'

'व्हॉट? काहीतरीच बोलू नकोस. आई-बापू आम्हा दोघांना सतत म्हणत असतात, 'शिका तिच्याकडून काहीतरी...''

'अजिबात शिकू नकोस. तसं काही नाहीच आहे शिकण्यासारखं.'

'असं कसं?'

'आज वर्षोन्‌वर्षं हे चित्र तसंच आहे. ह्याला फंगसही लागत नाही आणि वाळवीही लागत नाही. एकसारखं हेच दृश्य. दिवस-रात्र काहीही बदल नाही. कंटाळा आला आहे. नजरेला काहीतरी नवीन हवं आहे.'

'ताई, थालीपीठ तयार हाय. आत या.'

'नाही बसणार टेबलावर. इथे आण.'

'साहेब रागे भरतील.'

'आहेत का ते आता इथे? आण लवकर.'

'स्वातीताई तुम्ही तरी सांगा काहीतरी. उगीच तूप सांडलं कुठं तर डाग बघून मलाच इचारतील.'

'चल गं आत. बरोबर आहे तिचं.'

'बघितलंस? बाबा घरात नाहीत, तरीही त्यांची दहशत, अस्तित्व घरातच आहे. तुला गंमत सांगते. ही कमलची कॅप बघ आणि साडीवर चढवलेला ॲप्रन बघ. हातातले ग्लोव्ह्ज. विदूषक दिसते ना?'

'काय ताई मस्करी करता.'

'एकदा ही ग्लोव्ह्ज घालायचे विसरली आणि तशीच वाढायला आली, तर बाबा जेवले नाहीत त्या दिवशी.'

'काय सांगतेस?'

'मग? खरंच.'

'आणि मी तर कित्तींदा मार खाल्ला आहे. माझ्या लहानशा हातात जडच्या जड काटा-चमचा कसा मावणार? पडायचा खाली. मग मीच उठायचं तो स्वच्छ धुवायचा, पुसायचा आणि मग कसरत चालू. उपाशीच राहायची.'

'अंबिऽऽ'

'तुझ्या घरी म्हणूनच कित्तींदा जेवले असेन. आमटीचा ओघळ हातावरून कोपरापर्यंत ओघळला तरी काकू ओरडायची नाही.'

'आई अगदी साधी आहे गं. मोठ्या घरात, माणसांत ती आजही बावचळते.'

'हे साधेपण हवंय मला.'

'कमल, इथेच आण खायचं आणि पुन्हा थोडी कॉफी...'

'आणते.'

'अंबि, आता सांगतेस का काय झालं?'

'थांब जरा. लेट मी रिलॅक्स! मस्त वाटतंय पसाऱ्यात झोपायला.'

'ठीक.'

'स्वाती, तू असा पसारा कधी केला आहेस का?'

'मला करावा लागतच नाही. तो असतोच. आवरायला लागतो.'

'कधी आवरतेस?'

'फारच असह्य पसारा झाला की... म्हणून तर आई सारखं तुझं उदाहरण देत असते.'

'घ्या.'

'हा ट्रे बघ. चकचकीत. तुझ्या चेहऱ्यावरचा पिंपलही दिसेल ह्याच्यात. हे कप असेच ठेवायचे. साखर नाही, शुगर क्यूब्जच वापरायचे. तेही ट्रेच्या ह्या भागातच हवेत. कॉफी ढवळून झालेला चमचा कॉफीचा थेंब न सांडवता ह्या रिकाम्या ग्लासात ठेवायचा.'

'ताई, कॉफी सांडत्ये ढवळताना...'

'आणि तुझ्या घरी? कपाचा टवका कदाचित उडालेला, कपाला बाहेरून कॉफीचा ओघळ. तो ओघळ जिभेने चाटण्यात काय मजा असते. बिनदिक्कत चाटता येतो. पलंगावर, सोफ्यावर नाही तर चक्क जमिनीवर पाय पसरून आरामात हसत-खेळत कॉफी प्या. खा काहीतरी – खाऱ्या बिस्किटांचा चुरा हमखास सांडणार. सब चलता है – '

'इथे हसत नाही कुणी?'

'हसतात ना मोजून-मापून.'

'एक स्वभाव आहे हा. तो तसा का झाला, ते बघायचा प्रयत्न करायला हवा.'

'तेवढी मोठी नाही झाले मी अजून.'

'तक्रार?'

'तक्रार नाही करत. घुसमट सांगतेय माझी. सफोकेशन!'

'आधी कधी बोलली नाहीस.'

'आय वॉज स्केअर्ड. भीती प्रचंड भीती. आता त्या भीतीची जागा रागाने घेतली आहे. म्हणूनच हा राग काढला आज.'

‘असा?’

‘यस्. हे घर. घर वाटतच नाही. नेहमी हा एक सेट वाटतो. आईबाबा मेन आर्टिस्ट. मी साइड हिरॉइन आणि कमल. जसं प्रत्येक सिनेमात एखादं विनोदी पात्र असतं. नोकर ह्या कॅटेगरीतलं. तशी कमल.’

‘आणि मी?’

‘तू? तू – वेळी अवेळी उपटणारी शेजारीण...’

‘वाऽऽ!’

‘आज ह्या सेटची धूळधाण झाली. वाट लावली. डिसमेंटल झाला. तुला खरं सांगू स्वाती, ह्या पसाऱ्यातली मजा माझ्या आईबाबांना कधीच समजणार नाही. पसारा आवरून घर लख्ख करण्यात सॉलिड मजा असेल ना?’

‘यस्. आय ॲग्री आणि पसारा करण्यात मी एक्स्पर्ट आहे.’

‘तो कसा काय?’

‘एक ड्रेस घालायचा, तो पसंत पडत नाही, मग उतरवायचा, तो तसाच पलंगावर टाकायचा. मग दुसरा. कधी साडी – कधी जीन्स – पसारा वाढतच जातो आणि मजेशीर गोष्ट म्हणजे आज पसंत न पडलेला ड्रेस अथवा साडी किंवा जीन्स-टॉप. दुसऱ्या दिवशी परफेक्ट वाटतो. हे असं कसं?’

‘मूडप्रमाणे घडतं सगळं. तुला, मला हे पटेल पण आईला? शक्यच नाही. डबल इस्त्री म्हणजे डबल बिल... अँड देन – यू नो... सगळे हिशोब सुरू होतात.’

‘चलता है यार!’

‘आज अगदी मोकळं वाटतंय बघ. आज हे घर वाटतंय. आज बाबा नाहीत घरात. हे कागदाचे कपटे कसे मस्त जमिनीवर लोळत आहेत. त्यांनाही समजलंय बाबा नसल्याचं. नाही तर रोज जरा कुठे कपटा दिसला की बाबा लगेचच वाकणार, उचलणार, केराच्या टोपलीत टाकणार. नाही तर पटापट झाडू घेऊन येणार, हातात फडकं आणणार, उचलणार, पुसणार, सुंपलं धुवून कोरडं करून खुंटीला अडकवणार, फडकं धुवून, घट्ट पिळून तारेवर. चकाचक! एक अक्षर बोलणार नाहीत. ओरडणार नाहीत. केवळ नि:शब्द कृती! माझ्या अंगावर येतं हे त्यांचं वागणं. मग माझी अव्याहत धडपड – कुठे काही पडलं नाहीये ना. शाईचा डाग नाही ना टेबलावर? पलंगावर लोळणं म्हणजे काय हे मी तुझ्याघरी अनुभवते. इथे चादरीला एक जरी सुरकुती दिसली की, त्यांच्या कपाळावर दहा सुरकुत्या उमटतात.’

‘ह्या सवयी चांगल्या आहेत ना?’

‘मान्य! पण घरपणही हवं गं. आज ते मला मिळालं. मी मिळवलं.’

‘असं झालं तरी काय?’

‘सॉलिड मजा आली. व्यवस्थित, परफेक्ट माणसाचं पेन आज हरवलं.’

'काय?'

'यस्! व्हेरी ट्रू. मी जाम खूश आहे. नुसती शोधाशोध चालू होती. कॉट खाली बघ, बेड खाली शोध, बॅगमध्ये...'

'मग?'

'नाही मिळालं. मग त्यांचा हुकमी एक्का, 'अंबिका, पेन तू घेतलंस माझं?' मी नाही म्हणाले, पण विश्वास नाही बसला त्यांचा. 'अंबिका, पेन तूच घेतलं आहेस. माझ्याकडून माझी एकही वस्तू गहाळ होणं किंवा चुकीच्या ठिकाणी ठेवली जाणं शक्यच नाही. माझं पेन ह्याच पेनस्टँडमध्ये मी नेहमी ठेवतो. ते तिथे नाही. आई पेन घेणं शक्यच नाही. मग तूच उरतेस.' असं म्हणाले.'

'तू काय म्हणालीस मग?'

'मी विचारलं की ह्या घरात कमलही आहे ना?' तर चिडले. म्हणाले, 'माझ्या वस्तूंना हात लावायची तिची टाप नाही. आम्ही दोघं बाहेर जात आहोत. परतून येऊ तेव्हा माझं पेन माझ्या पेनस्टँडमध्ये असायलाच हवं. समजलं?'

'तू खरंच नाही ना घेतलेलंस?'

'अगं मी का घेऊ? व्हाय शुड आय?'

'मग आता?'

'पेन सापडलं.'

'कुठे?'

'वॉशिंग मशीनमधून धुऊन आलंय.'

'काय?'

'यस! मी आनंदाने वेडी झाले. माझा बाप चुकला! वॉऽऽव! मग मला अजून जास्त आनंद झाला. त्या आनंदाच्या भरात मी हे चित्र मोडून-तोडून टाकलं पार! हुंदडले, कपडे उडवले, चादरी, उश्या फेकल्या, भांडी फेकली, मोठ्यांदी म्यूझिक लावलं, लोळले, नाचले. आय ॲम हॅपी. यस्, आय ॲम हॅऽऽपी! आयुष्यातला निदान एक दिवस मी अस्ताव्यस्त जगले. आय हॅव टेकन रिव्हेंज!'

'बरं झालं. मोकळी झालीस. रिलॅक्स्ड! पण आता पुढे काय?'

'नथिंग! आता मी सावकाश सर्व आवरेन. पुन्हा त्या चित्रात जायला आता अवघड जाणार नाही. कारण ह्या चित्रात मी माझा स्वत:चा एक रंग भरू शकते हे आज मला समजलं आहे.'

आणि अंबिकाने एक-एक आवरायला सुरुवात केली होती. एकटीने. त्यादिवशी तिच्या घरातून बाहेर पडताना मनात एकच विचार होता. माझे आईवडील सतत तिचं उदाहरण मला द्यायचे आणि मी तिच्यासारखं होण्याचा थोडातरी प्रयत्न करावा असा

त्यांचा हेका असायचा. पण खरं सांगू तर कुणीच कुणासारखं होऊ शकत नाही. प्रत्येक व्यक्ती ही तिची तीच असते. जशी असायला हवी तशीच ती असते. आईबापूंना हे सांगावं असं वाटलंही होतं, पण मला आठवतंय की मी तसं केलं नाही. त्यांच्या मनातलं अंबिकाचं चित्र मी का पुसायचं?

त्याच वेळेला असाही विचार आला होता की, पुढे जेव्हा मला मूल होईल तेव्हा मी त्या मुलाला मोकळेपणाने जगू देईन. शिस्तही लावेन, पण ती बेड्या घातल्यासारखी नसेल.

आत्ता वाटतंय की मी नक्की काय काय करू शकले?

मी न राहवून अधिरथला हाक मारली.

'अधिरथऽऽ'

'यस् मॉम – सॉरी आई.'

'काहीही म्हणालास तरी चालेल. मॉम म्हण, आई म्हण... भाव महत्त्वाचा आहे रे!'

'ए, काय झालं तुला अचानक?'

'काही नाही. सहज विचारते. बाबांचं पेन...'

'नो मॉम. मी सिरियसली नाही घेतलेलं.'

'ओके. आय बिलिव्ह! पण मग पेन गेलं कुठे?'

'आय डोंट नो...'

'काल रात्री टेबलावरच होतं.'

'मग मला का विचारतेस? काल रात्री मी लवकर झोपलो, ते यायच्या आधीच आणि सकाळी क्लासला गेलो होतो. अरे हो, माझी फी भरायची आहे क्लासची. चेक रेडी आहे ना?'

'हो. आतल्या टेबलावर ठेवला आहे. आठवणीने घे.'

'थँक यू मॉम... मी निघतोय लगेचच. खायला कर ना काहीतरी.'

'करते... तू जा...'

'मॉमऽऽ'

'काय रे?'

'ह्या चेकवरची सही बाबांची आहे?'

'हो. त्यांच्याच खात्याचा चेक आहे. माझं चेक बुक संपलं आहे...'

'सी धिस्... बाबांचं पेन – चेकखाली होतं... आय टोल्ड हिम... मी नाही घेतलेलं... तरी...'

मला खूप हसू येऊ लागलं – अगदी खळखळून – अंबिकासारखं...

'राजा, इतका हसतो का आहेस?'

'आम्हाला गंमत वाटली सगळी. स्वातीच्या मनातले विचार आम्ही तुझ्याकडून ऐकत होतो...'

'राजा, अगदी क्षुल्लक कारणांनी मानवाने त्याचं जीवन किती व्यथित केलं आहे...'

'सत्य आहे.'

'अविश्वासाचा हा गुंता मानवाला सोडवता येत नाही, कारण त्याला तो सोडवायचाच नसतो. असं का राजा? मला उत्तर हवंय. नाही तर हा मी चाललो.'

'उत्तर आहे वेताळा. अविश्वास मानवाला स्वत: आपण किती फसवले जात आहोत अशी भावना निर्माण करण्यास कारणीभूत ठरतो. ही भावनाच मानवाला जगवते. स्वत:बद्दलची कणव ही तर एका आधारस्तंभासारखी भावना आहे. मी किती सरळ, गरीब आणि जग कसं फसवं – मनातल्या कमजोरीला लपवण्यासाठी निर्माण केलेली ही भावना मानवाला संशयी बनवते जरूर, पण तीच भावना जीवनाचा, जीवन जगण्याचा मूलमंत्र होऊन गेली आहे. जर सर्व साधं, सरळ, सोपं असेल तर इतकं अखंड जीवन व्यतीत कसं करावं? आणि नुकत्याच जन्मलेल्या अर्भकालाही त्याच्या नकळत हे धडे दिले जातात. अति शिस्त हेच दर्शवते की माझ्याकडून काहीही गैरशिस्त तर घडत नाही ना? ह्या भयावर मात करावी लागते ती अतिशयोक्तीनेच. वरपांगी असा कडक शिस्तीचा मानव आतून सतत भेदरलेला असतो, वेताळा.'

'राजा, तू योग्य उत्तर दिलंस. आता हा मी निघालो... तू पुढे कधी पुनश्च राज्य करू लागलास तर तुझंच हे वचन विसरू नकोस. कारण राजासाठी प्रजा ही त्याच्या अपत्यासारखी असते हे पूर्वापार चालत आलेलं विधान, प्रमाण सत्य आहे. भेटू पुनश्च...'

वेताळ निघाला. घनदाट जंगलातल्या त्याच्या झाडाच्या फांदीवर लटकू लागला. राजाने आज त्याचा जंगलातला मार्ग बदलला. शहरातल्या लहान-मोठ्या वस्त्यांमधून तो चालू लागला. अतोनात माणसं, त्यांची छोटी-मोठी घरं आणि अनेक बालकं... ही अविश्वासाची वाढती जनता बघून राजाच्या अंगावर काटा फुलला. माणसांचं निरीक्षण करत करत त्याची पावलं – अपत्याविना सुनसान असलेल्या राजवाड्याच्या दिशेने पडू लागली. मनात एकच विचार डोकावत होता...

'आपल्याला जर अपत्य असतं तर आपण त्याला कसं वाढवलं असतं?

एक अबोल हुंकार

'राजा, तुला शब्दांचं महत्त्व कळतं? भावना पोहोचवण्याचं हे एक प्रभावी माध्यम आहे. हे शब्द जर तयार झाले नसते तर नुसत्या खाणाखुणा करून भावना व्यक्त करण्याचा प्रयत्न केला गेला असता आणि त्याने केवळ अनर्थच झाला असता.'

राजा विक्रमादित्याच्या पाठीवर लटकणारा वेताळ सचिंत होऊन बोलत होता. राजा मनात म्हणाला, 'आज वेताळ कसली चिंता करतो आहे एवढी?'

'राजा, आज मी नुसता एक विचार तुला सांगतो. मला विचाराने गेले काही दिवस पछाडलं आहे.'

या नवनव्या शोधांनी माणसाला जवळ आणलं की दूर नेलं? हे नवीन शोध म्हणजे फोन, इंटरनेट वगैरे. मी अस्वस्थ आहे. मला या शोधांचे फायदे कळतात, पण तोटेच जास्त दिसतात. माणसांचा एकमेकांशी पूर्वी जसा सहवास असायचा, तसा आता घडत नाही हे माझं निरीक्षण आहे. आनंदाची बातमी असेल किंवा दु:खाचा संदेश असेल, सर्वच यंत्राद्वारे. ह्याने फक्त शब्द पोहोचतात भाव नाहीत.

आता मी तुला सांगतो ना चैतन्यची तळतळ.

ऐक.

आणि हो, ऐकून झाल्यावर, मला तुझं उत्तरही हवं. उत्तर माहीत असूनही जर तू मौन धरलंस तर तुझ्या डोक्याची सहस्र शकलं –

'नको. इथे मी माणसं एकमेकांपासून लांब जात आहेत ह्याचं दु:ख करतोय आणि तू माझा एकमेव सच्चा मित्र. मी तुझ्या डोक्याची सहस्र शकलं नाही करू

शकत. तू आपला ऐक –

'चल रे, आपण जाऊ कुठेतरी.'

'नको. इथेच ठीक आहोत.'

'या वातावरणातून बाहेर पडू या. बरं वाटेल.'

'विचार जर तेच राहणार असतील मनात, तर इथे असलो काय आणि बाहेर गेलो काय – काय फरक पडणार आहे?'

'हाच तुझा ॲप्रोच मला आवडत नाही. मी काहीतरी मार्ग शोधण्याचा प्रयत्न करत्ये आणि तू...'

'तुला कळलंय ना, मी असाच आहे, माझा ॲप्रोचही तसाच आहे.'

'मग बदल आता तो – '

'तू बदलू शकलीस का स्वतःला? नाही ना? मग मी तरी कसा बदलणार?'

'झाली तुझी सुरुवात!'

'म्हणजे?'

'काही नाही.'

'बोल ना.'

'मी – नाही – नकोच.'

चैताली हताश होऊन बेडरूममध्ये आली. तिला काही सुचत नव्हतं. चैतन्य असा का वागतोय ह्याचा पत्ता लागत नव्हता. खोदखोदून विचारून बोलून झालं. सामंजस्याने, चिडून, कातावून, प्रेमाने...

चैताली बेडवर पसरली. टेबल-लॅम्पचं बटण हातात आलं. ऑन... ऑफ... ऑन... ऑफ...

'बास झाला की खेळ. किती वेळा ऑन-ऑफ करत्येस...'

'अरे. माझं लक्षच नव्हतं.'

'कसला विचार चालला आहे?'

'आपल्या बाळाबद्दलचा...'

'डोन्ट वरी. गडी एकदम स्मार्ट, देखणा, उंचापुरा, गोरा असणार — '

'वा...'

'वा काय? आणि हसत्येस का इतकी?'

'अजून जन्म झाला नाहीये, इतकंच काय – अरे आजच रिपोर्ट मिळालाय डॉक्टरांकडून पॉझिटिव्ह म्हणून आणि तू त्या बाळाला एकदम उंचापुरा-गोरा, स्मार्ट गडी केलास? पोरगी झाली तर?'

'सुंदर, देखणी, नाजूक, लाघवी, गोरी-गोमटी – स्मार्ट बच्ची!'

'पुरे-पुरे...'

'ताली, ए ताली.'

'आलास लाडात? लाडात असलास ना की माझ्या नावातली 'ताली' उरते – चैताली काही राहत नाही. मी म्हणू का तुला तन्य?'

'हेच – हेच तुझं मला काही कळत नाही. नावांतल्या शब्दांतल्या एका अक्षराने काय फरक पडतो गं?'

'अर्थ बदलतात. खूप बदलतात...'

ऑन... ऑफ... ऑन... ऑफ! खरंच अर्थ खूप बदलतात चैतन्य! अठ्ठावीस वर्षांपूर्वीचा हा आपला प्रसंग. तेव्हा तुला माझं हे म्हणणं पटलं नव्हतं. पण आता? आता तुला हे पटलं असेल. हो ना?

ऑन... ऑफ...

चैताली नक्की पलंगावर पसरली असेल आता. हातात तिच्या तो स्विच असेल आणि तो टेबल लॅम्प ऑन-ऑफ होत असेल. किती जुनी सवय आहे ही तिची. विचारात असली की तिच्याही नकळत तिचा हात त्या स्विचकडे जातो. तिच्या ह्या ऑन-ऑफमुळे कितीतरी बल्ब निकामी झाले.

'पुन्हा बल्ब उडाला.'

'सॉरी रे! '

'काय सॉरी? जरा कधी वाटलं की, आरामात पडून काही वाचन करावं, टेबल लॅम्प लावायला जावं तर – काळोऽऽख!'

'सॉरी म्हटलं ना!'

'माझा बल्ब तयार करण्याचा कारखाना नाहीये.'

'आणि जरी असता ना तरी माझ्याकडून प्रत्येक बल्बचे पैसे वसूल केले असतेस.'

'हे फार होतंय.'

'तुझंही. दोनदा सॉरी म्हटलं तरी आपला बोलतोच आहेस – बोलतोच आहेस – '

हो. हे मात्र तिचं बरोबर होतं. मी सारखा बोलतच राहायचो. आता शब्दच

हरवलेत, पण काहीतरी करायला हवं. नुसतं असं बसून चालणार नाही. ती म्हणते त्याप्रमाणे जावं का बाहेर कुठेतरी? पण ही वास्तू सोडावीशी वाटत नाही. फार कमी दिवस राहिलेत ह्या वास्तूतल्या वास्तव्याचे. तीन महिने – साडेतीन महिने – मग ही वास्तू नेस्तनाबूत होईल. अगदी आटोकाट प्रयत्न केले हिला वाचवण्याचे. अंबर मात्र हेका धरून बसलाय. हे जुनं घर एवढं मोठं, जुन्या पद्धतीने बांधलेलं, ह्याला मेंटेन करणं त्याला जमत नाही. आता मी आहे म्हणून जरा तरी, पण पुढे त्याच्याने होणार नाही. अनयाही त्यालाच साथ देत्ये. बरोबर आहे. तो नवरा आहे तिचा. मी आणि चैताली अचानक म्हातारे झालो. रोज हाच वाद – अगदी रोजच्या रोज...

'बाबा, तुम्ही समजून घ्या. आपलं हे घर – वाडाच म्हणा – अशा प्राइम एरियात आहे. बिल्डर्स मोठमोठाल्या ऑफर्स देत आहेत. ऐका आणि बेस्ट ऑफरचा स्वीकार करा.'

'काय करायच्या आहेत त्या ऑफर्स? वडिलोपार्जित घर आहे आपलं. मी इथेच वाढलो, तूही. ह्या वास्तूने कायम सहकार्य केलं, वृद्धीच होत गेली.'

'मला सर्व मान्य आहे. तुमच्या भावना मी समजू शकतो. पण घराची स्थिती तर बघा. मोठं घर – छान वाटतं. पण ते सांभाळणं जमतंय का? घराला आतून प्लास्टरिंग करायला हवंय तर साठ-सत्तर हजार हवेत. किती वर्षांत डागडुजी झाली नाहीये.'

'म्हणून काय ह्या घराला चिरडून टाकायचं?'

'आई, तू तरी सांग.'

'तुम्ही दोघं मिळून काय ते ठरवा. मला मधल्या मध्ये...'

'हेच, हेच तू करत आलीस कायम. कुठलाही निर्णय कधी ठामपणे घेतला नाहीस. कायम मोघम.'

'अंबर...'

'राहू दे. मीच बोलतो बाबांशी. आणि आता तू मध्ये एक चकार शब्द काढू नकोस.'

'अंबर...!'

'राहू दे मग असंच – कुठे गळतंय, कुठे माती पडत्ये, जुनाट – अंधारं!'

चैतन्य नक्की दातांत मिशीचा केस घेऊन चावत बसला असेल आत्ता. चैतालीला हसू आलं. तो जेव्हा अगदी पहिल्यांदी असा मिशीचा केस दातात आणून चावत बसलेला दिसला तेव्हा तिला कसंतरीच झालं होतं. मग जेव्हा त्याची ही

सवय म्हणजे तो काहीतरी विचारात असतानाची कृती, हे तिला समजलं तेव्हा तर ती खदखदून हसली होती.

'ए, चैत्या.'

'ताली...'

'ए हे, ताली ना साली सारखं वाटतं – तेव्हा तू.'

'आणि चैत्या – दैत्यासारखं वाटतं तेव्हा तूही.'

'मला खरंतर नावाचा शॉर्ट-फॉर्म केलेला खूप आवडतो.'

'मला अजिबात आवडत नाही.'

'मग मला ताली का म्हणतोस?'

'तुला शॉर्टफॉर्म आवडतो म्हणून. खरंतर नाव जे ठेवतात, ते संपूर्णपणेच उच्चारलं जावं. आपल्याकडे नावाला अर्थ असतो. त्या अर्थानेच ते उच्चारलं जावं. ते स्वर, नावाच्या उच्चारांमुळे निर्माण होणारी कंपने आसमंतात, वास्तूत घुमत राहतात, म्हणूनच तर जे आपण बोलतो ते शुभ, स्वच्छ, आनंदी असावं. पुन्हा-पुन्हा त्या नावाचा उच्चार जसं की 'चैतन्य' वारंवार म्हटलं गेलं तर उदास मनही चैतन्याने भरून येऊ शकतं. काय? बरोबर ना?'

'हो.'

'बोला सरकार, का चैत्या म्हणालात?'

'मला न तुझी मिशी कापायची आहे. म्हणजे ट्रीम करायची आहे.'

'का?'

'अरे तो मिशीचा एकुलता एक थोडा लांब वाढलेला केस सारखा तुझ्या दातात येतो.'

'मग?'

'त्यामुळे तुझं तोंड तिरकं दिसतं. हे हे असं!'

'होऊ दे. दिसू दे.'

'कापून टाक ना – '

'मी बघेन – कापायचा की वाढू द्यायचा .'

'तू झोप मग मी कापते की नाही बघ.'

'ताऽऽली...'

'चै... त्याऽऽ...'

तो केस अव्याहत तसाच वाढलेला राहिला. अंबर जेव्हा लहान होता तेव्हा चैतन्यच्या मांडीवर बसून तो केस खेचायचा. चैतन्य दुखल्याचं नाटक करायचा, अंबर हसत टाळ्या वाजवायचा. टाळ्या वाजवणारे ते लहानखुरे हात कधी कसे

मोठे झाले? समजलं नाही. त्या हातात अनयाचा हात आला आणि...

'अंबर, ह्या दारात फट आहे.'

'हो. जुनी दारं आहेत – '

'पण ही आपली बेडरूम आहे ना. बाहेरून दिसत असणार आतलं.'

'असेलही. पण बघणारं आहे तरी कोण?'

'कुणी असेल किंवा नसेल, आय डोंट फील कंफरटेबल!'

मी हा संवाद ऐकला आणि बेधडक त्यांच्या बेडरूममध्ये शिरले होते.

'आई...'

'अंबर, अनया म्हणते ते बरोबर आहे. असं करा, आमची खोली तुम्ही घ्या.'

'आई, मला असं नाही म्हणायचंय पण...'

'बायकांचा संकोच बायकाच जाणू शकतात अनया. तू ऑक्वर्ड वाटून घेऊ नकोस. अंबर, त्या खोलीत तुला काही सोयी करून घ्यायच्या असतील तर बघ आणि मगच सामानांची अदलाबदल करू.'

चैतन्य तसा चिडलाच होता तेव्हा माझ्यावर. रूम एक्सचेंज करण्याची काय गरज होती? नवं दार नसतं लावता आलं? हे त्याचे प्रश्न. पण खरंतर नसतं लावता आलं. दरवाजा बदलायचा म्हणजे त्याची फ्रेम बदलणं गरजेचं होतं. फ्रेम काढायची म्हणजे तेवढी भिंत फोडायची आणि मग... त्याला शेवटच नव्हता. नुकताच लग्नाचा खर्च झाला होता. घराला आतून रंगही दिला होता. कसं शक्य होतं मग?

'मी माझी रूम सोडणार नाही.'

'प्रायव्हसीची गरज त्यांना जास्त आहे चैतन्य.'

'आपण तेवढे सुसंस्कृत आहोत. कशाला त्या दाराच्या फटीची एवढी काळजी करायची?'

'ते तुला नाही कळणार. चल, सामान आवरायला घे.'

'मला जमणार नाही.'

'कुठे निघालास?'

'ऑफिसला.'

'आज रविवार आहे.'

'तरीही जाणार आहे.'

दरवाजा धाडकन आपटला आणि चैतन्यने मिशीच्या केसासकट चुकून ओठही चावला. अस्वस्थ मनाने तो बेडवरून उठला. अंबर अनयाने सकाळीच काही

प्रपोजल्स आणून दिली होती. कॉम्प्यूटरवरून कुठली कुठली माहिती काढून, बिल्डर्सचा जणू बायोडेटाच! हीच माहिती त्यांना समोरासमोर बसून गप्पा मारता मारता सांगता आली असती. जसं मी अंबरला त्याच्या लहान वयात गप्पा मारता मारता बऱ्याच गोष्टी शिकवायचो! किती अभिमान वाटायचा तेव्हा, जेव्हा अंबर अनेक प्रश्न विचारायचा आणि मी त्या प्रश्नांना माझ्याकडून शक्य होतील तितकी उत्तरं द्यायचो. आता बाजू बदलली आहे. माझे प्रश्न आहेत. पण उत्तरं द्यायला अंबर नाहीये समोर तर... तर हे छापील कागद आहेत. ह्या अशा परिस्थितीत चैताली सांगत्ये, कुठेतरी बाहेर जाऊ.

हो वास्तू धुळीला मिळवण्याचा चंग बांधलाय अंबर-अनयाने. सतत फोन चालू असतात. पूर्वी चौघं मिळून शांतपणे जेवण जेवायचो. रात्रीचं जेवण एकत्रच जेवायचं हा दंडक चैतालीचा. दिवसभर काय काय घडलं ह्याची देवाण-घेवाण. सुरुवाती-सुरुवातीला सर्व छान होतं. म्हणजे तसं भासत तरी होतं. हळूहळू एखादी सिरिअल बघायची आहे म्हणून दोघं हॉलमध्ये बसू लागली. ती दोघं बाहेर, आम्ही दोघं आत. चैताली समजूतदार. मग तिने सर्व मांडामांड हॉलमध्ये करायला सुरुवात केली. टीव्ही सिरियल्समधल्या उखाळ्या-पाखाळ्या, ती चढाओढ आणि छानछोकी! नावं ठेवत ठेवत सिरियल्स बघायचं प्रमाण वाढत गेलं आणि आम्ही दोघं तिथेच अंबर-अनया समोर असूनही एकटे पडू लागलो. त्यात पुन्हा जेवणं झाल्यानंतरची आवराआवर चैतालीलाच करावी लागत राहिली. कारण तेच, पुढली सिरियल!

अंबरला आम्ही जाणीवपूर्वक वाढवलं होतं. त्याला काही विचार दिले होते. कुठे गेलं ते सर्व? सर्वांत मजेशीर... मजेशीर? की खेदकारक? नाही. मजेशीरच! अंबरला लॅपटॉप घ्यायचा होता. त्याला पैशांची गरज होती. त्याने ते कसे मागितले? फोनवरून. रात्री मी जागाच होतो आदल्या दिवशी. कधी नव्हे ते तो छान गप्पा मारत होता. अनया माहेरी गेली होती न् चैताली डोकं दुखत होतं म्हणून झोपली होती. बऱ्याच कालावधीनंतर आम्ही दोघं – मला माझा आधीचा अंबर भेटल्यासारखं वाटलं. मन प्रसन्न झालं होतं. दुसऱ्या दिवशी त्याचा मला ऑफिसमध्ये फोन आला. लॅपटॉप कसा आवश्यक आहे, हे सांगणारा. पैशांची मागणी करणारा. मी होकार दिला, न् मला अचानक जाणवलं, हे तो काल रात्री का नाही बोलला! समोरासमोर त्याने का नाही तसं सांगितलं? त्याची ही मानसिकता मला कळू शकली नाही. आजही तो तसाच आहे. हे असं का?

'चैतन्य...'
'हं – '

'काय करतो आहेस?'

'काही नाही गं –'

'माझं चुकलंय. जरा...'

'बल्ब आणून ठेवला आहे चैताली.'

'ओ – थँक यू.'

'नेव्हर माइंड. चल जाऊ आपण बाहेर.'

'नको.'

'चल गं.'

'अरे, खरंच नको. मी आले ती प्लॅन्स बघायला आणि अंबरने दिलेली माहिती वाचायला.'

'म्हणजे...'

'अंबरचा मेसेज आलाय मोबाइलवर.'

'काय म्हणतोय?'

'त्याच्या भाषेत सांगू, तर तुला पटवायला सांगतोय.'

'चैताली, सर्वप्रथम टेलिफोनचा शोध लागला ना तेव्हा माणसाला आकाश ठेंगणं झालं. फायदा आहेच, तो प्रश्नच नाही. पण भेटीगाठी कमी झाल्या. मग हातात खेळणं आलं ते पेजरचं! त्यात त्याला समाधान मिळालं नाही, कारण निरोप पाठवला तर जात होता. पण वाचला जात होता का, ह्याची शाश्वती नव्हती. मग आला मोबाइल! सांगतो ऐक! त्यामुळे माणूस माणसाच्या जवळ आला की दुरावला?'

'चैतन्य – '

'हाच विचार करतोय. उत्तर सापडत नाहीये.'

'विचार करूच नकोस. उत्तर नसलेले प्रश्न का विचारतो आहेस स्वत:ला?'

'मग काय करू?'

'ही व्यथा फक्त तुझी-माझी नाहीये. ही व्यथा प्रत्येक पिढीची आहे.'

'असं कसं म्हणतेस? आपण आपल्या आई-वडिलांशी असे वागत होतो का?'

'आपली हिंमतच नव्हती, त्यांच्यासमोर म्हणजे निदान वडिलांसमोर काही बोलायची. काही हवं असलं तर मध्ये आईचा आधार घ्यायचा. कुणास ठाऊक, त्या वेळेस आपल्या वडिलांनाही असंच वाटलं असेल की, मुलं सरळसरळ माझ्याशी का बोलत नाहीत म्हणून?'

'असं?'

'आता मुलं दोघांशीही बोलतात, पण सरळ सरळ नाही तर ह्या फोन,

कॉम्प्यूटर अशा वस्तूंचा आधार घेऊन. आपण त्यांना समजून घ्यायला हवं.'

'कसली तुलना करत्येस? मी माझ्या वडिलांना घाबरायचो.'

'अंबरही त्याच्या वडिलांना घाबरतोय.'

'तू...'

'ऐक ना, समजून घे. तोंडावर फाडफाड बोलणारी मुलं कमी नाहीयेत. अंबरने तसं केलं का?'

'नाही.'

'त्याला जेव्हा पैशांची गरज असते तेव्हा तो तुझ्यासमोर, माझ्यासमोर ते मागत नाही...'

'हं – फोनवरून विचारतो – मागतो – '

'कारण, त्यात अपराधी भावना असते. आणि इतके मोठे झालो आहोत, लग्नही झालंय, नि अजूनही वडिलांसमोर हात पसरावे लागतात...'

'माझा पैसा त्याचाच आहे ना?'

'बेलाशक! तरीही कमीपणा वाटतोच ना! तुला काय व्हायला हवंय? त्याने जे काही आहे, ते प्रत्यक्षात सांगाव – असंच ना?'

'अर्थात! जे मी माझ्या वडिलांच्या स्वभावामुळे त्यांच्याशी मोकळेपणाने वागू-बोलू शकलो नाही, ते अंबरला अनुभवायला लागू नये, म्हणून तर मी इतका ओपन आहे त्याच्यासाठी.'

'हा तुझा दृष्टिकोन झाला. तुझा ईगोही!'

'चैताली, काय वाट्टेल ते बोलत्येस. त्यात ईगो काय?'

'हाच, मी इतका मोकळा – आणि तरीही माझा मुलगा सरळ सरळ बोलत नाही – समोरासमोर असताना सांगत नाही. हा ईगोच – '

'बस् झालं...'

'मान्य कर. तुला मोकळं वाटेल आणि हो, माझ्या टेबल लॅम्पचा बल्ब – '

'देतो.'

चैताली ग्रेटच आहे. चैतन्यला तसंच वाटलं. तो खरंच तसा विचार करू लागला आणि त्याला शब्दन्‌शब्द पटत गेला. तो तिच्या टेबल लॅम्पचा बल्ब बदलायला गेला. नव्या बल्बचा लखख उजेड पडला. तो हसत हसत हॉलमध्ये आला.

चैतन्यने सर्व प्लॅन्स समोर मांडले. ह्या घराच्या जागेवर उभी राहू शकणारी टोलेजंग इमारतींची चार-पाच वेगवेगळी आकर्षक डिझाइन्स! त्याने अनाहूतपणे अंबरला फोन लावला. मोबाइलवर लतादीदींचं 'ओम नमो जी आद्या' ऐकू येऊ

लागलं. मन प्रसन्न झालं.

'हॅलो.'

'अंबर, मी पपा – '

'हं, पपा –'

'जेवढं लवकर येता येणं शक्य आहे, तेवढा लवकर घरी ये.'

'येतो पपा...'

चैतन्यने पुन्हा एकदा सर्व प्लॅन्स बघितले. मनातल्या मनात एक प्लॅन पक्का केला. चैतालीला हाक मारली. स्वत:ची पसंती दाखवली.

अंबरने पपांच्या पसंतीला मान्यता दिली. अनयानेही साथ दिली.

आता हा वाडा – घर कायमचं अदृश्य होणार! अंबरने व्हिडिओ कॅमेरा विकत घेतला. संपूर्ण वाड्याचं शूटिंग केलं. हसत-खेळत, गप्पागोष्टी करत. फोन-मोबाइल्स बंद ठेवून!

हां हां म्हणता टोलेजंग इमारत उभी राहिली. मधला दोन वर्षांचा काळ कसा गेला, हे समजलंही नाही. कराराप्रमाणे दोन मोठे ब्लॉक्स त्यांना मिळाले.

'एक संपूर्ण मजला घेऊ आपण!'

'पपा, अनया म्हणत होती की...'

'बोल ना.'

'संध्याकाळी बोलतो. आत्ता उशीर होतोय.'

'बरं, मीही तसा निघतोच आहे.'

'तुम्हाला स्टेशनवर सोडू?'

'चालेल.'

वाटेत दोघंही नव्या घराची स्वप्नं बघत होते. इंटिरिअर कसं असावं, झोपाळा हवाच. दोघंही – वेगवेगळ्या, आपापल्या दुनियेत. स्टेशन कधी आलं, कळलंही नाही.

चैतन्यचा दिवस अगदी मजेत गेला. ऑफिसातल्या सर्वांना नवीन घराच्या कल्पना सांगून झाल्या आणि नेहमीच्या सवयीप्रमाणे चैतन्यने कॉम्प्यूटर बंद करण्याअगोदर स्वत:चं मेल ओपन केलं. अनरीड मेलमध्ये अंबरचं पत्र पाहून त्याला आश्चर्य वाटलं. दोन पानी पत्र...

'प्रिय पपा,

तुम्ही मला आणि अनयाला समजून घ्याल अशी मी अपेक्षा करतो. एक मोठी

संधी आपल्याला मिळाली आणि मुंबईसारख्या शहरात एक पैचा ही खर्च न करता दोन प्रशस्त फ्लॅट्स आपल्याला मिळाले.

पप्पा, तुमचं आणि ममाचं स्वतंत्र आयुष्य निदान आता तरी सुरू होऊ देत. निम्मं आयुष्य आई-वडिलांची सेवा करण्यात, नातेवाइकांचं आदरातिथ्य करण्यात गेलं. आणि हो, त्यात मीही आहेच. माझा अभ्यास, आजारपण, माझी प्रगती ह्यात गेलं. आता तुम्ही दोघं स्वतंत्र जगा. मी आणि अनया, जर आपण चौघं पुन्हा एकत्र राहू लागलो तर ममावर पुन्हा घरातल्या कामांचा भार पडणार. नोकर ठेवलेला तिला आवडणार नाही आणि नोकरी करून दमून घरी आलेली अनया स्वयंपाकघरात रमणार नाही. हा तिढा सुटणं शक्य नाही.

म्हणूनच हे वादच नकोत. केवळ ह्याच कारणासाठी मी एक फ्लॅट आठव्या मजल्यावर आणि एक फ्लॅट पहिल्या मजल्यावर असा नोंदवला आहे. लिफ्ट कधी काळी जर बंद पडलीच तर मजला चढून जाता येईल.

पपा, मी खरंच भाग्यवान! तुम्ही दोघंही सतत माझ्या समोरच असाल आणि हे सर्व केवळ तुमच्यामुळे – ममामुळेच शक्य झालं...

चैतन्यने पुढलं पान वाचलंच नाही. दोन्ही पानांचं प्रिंटआउट काढलं. कॉम्प्यूटर बंद केला. बॅग आवरली. वॉशरूममधे जाऊन नेहमीच्या सवयीने तोंड धुतलं. रूमालात असलेली पावडर चेहऱ्यावरून फिरवली. मंद सुगंध पसरला आणि मग शांतपणे बॅग घेऊन तो स्टेशनची वाट चालू लागला.

'चैताली – ए – ताली...'

'बोल –'

'हे वाच...'

'काय आहे?'

'अंबरचं पत्र – '

'मी वाचलंय – '

'कधी?'

'त्याने मलाही पाठवली – CC!'

'मग? तू काय केलंस?'

'उत्तर पाठवलं ना.'

'मला का नाही त्या उत्तराची CC पाठवलीस? '

'मी तुझ्याशी सरळ सरळ समोरासमोर बोलू शकते ना – म्हणून !'

'ताली...'

'हे असं होणार, हे मी जाणून होते. पण अश्या तऱ्हेने होईल, ह्याचा अंदाज

आला नव्हता. मी अनयाला अंबरला समजू शकते. पण फक्त मी समजून भागणार नाही, तर त्यांनीही मला – आपल्याला समजून घ्यायला हवं, हे मी विसरले. तू नि मी ह्यात कष्टी व्हायचं नाही. खरंच अंबर-अनया – का तेच का? आपणही भाग्यवान! आता तू तुझ्या पसंतीचं इंटिरिअर करू शकतोस.'

'पण आपण दोघंच?'

'अरे, आपण दोघं!'

'ताली...'

'आता खरी आपल्या संसाराला सुरुवात झाली चैतन्य! आत्तापर्यंत खरोखरच आपण कुणा ना कुणासाठी होतो. खूप चढउतार पाहिले. खरोखरच आपलं भाग्य की, मुंबईत असं घर आपल्याला मिळालं. नाही तर अजून आपण होम-लोन फेडत बसलो असतो. तू काय नि अंबर काय, ह्या एका मोठ्या प्रश्नातून सुटलात ना? नि तुझ्यामुळे मी आणि अनया! पोरगी वाईट नाहीये. तिला तिची मतं आहेत – इतकंच! ही मतं आई-वडीलच तयार होऊ देतात. तो मिशीचा केस कापूनच टाक कायमचा. त्याची आता आवश्यकता नाही.'

'आणि तू? तुझं काय?'

'मी टेबल लॅम्प ठेवणारच नाहीये रूममध्ये. रिमोटवर सर्व कंट्रोल्स ठेवणार आहे!'

चैतालीने दोन्ही फ्लॅट्सच्या दारांत रांगोळी काढली. अंबरने तोरण बांधलं. अनयाला वास्तुपूजेला चैतालीने नऊवारी नेसवली. गौरीसारखी दिसत होती! अंबर-चैतन्यने आपापल्या कलिग्जना शानदार पार्टी दिली. बिल्डरने चैतन्यच्या इच्छेप्रमाणे ह्या टोलेजंग इमारतीचं नाव 'आशियाना' ठेवलं.

सर्वच ठीक झालं. चौघांचं आपापलं आयुष्य सुरू झालं. अंबरने इंटरकॉम बसवून घेतला. रात्री-अपरात्री, गरजेला कधीही एकमेकांना हाक मारता यावी म्हणून! असेल अशीच संध्याकाळची वेळ. आठ-साडेआठ... इंटरकॉम वाजला. चैताली स्वयंपाकात मग्न होती. चैतन्य बातम्या बघत होता – चैतन्यने फोन घेतला.

'पपा.'

'बोल.'

'पपा, गुड न्यूज आहे.'

'सांग – सांग लवकर.'

'ममा आहे ना?'

'आहे रे, तू सांग तर.'

'अनया एक्सपेक्टेड आहे.'

'काय?'

'हो.'

'थांब हं, ममाला बोलावतो – अगं अरे, कट् केला ह्याने फोन!'

'काय झालं?'

'तू मी आजी-आजोबा होणार – '

'खरंच?'

'हो – आत्ताच अंबरने...'

'काय झालं? सिरियस का झालास?'

'अंबरने, ही बातमी घरी येऊन सांगितली असती तर...'

'त्याला तेवढाही धीर धरवला नसेल – '

'किती दूर राहतो गं? सात पावलं – '

'तीही कठीण – उशीर लावणारी वाटत असतील तर?'

'घे – तू नेहमी त्याचीच बाजू घे.'

'आत्ता आधी आपण ही सात पावलं चालण्यातला आनंद घ्यायला हवा. पहिल्या मजल्यावर लिफ्ट थांबते. सातव्या मिनिटालाही नाही तर त्या आधीच आठवा मजला येईल. चलतोस? मी तरी निघाले.'

'हेच – पुन्हा हेच नेहमी तू नि मीच का? फोनवर सांगण्यासारखी ही बातमी आहे?'

'चैतन्य, अरे, संवेदना महत्त्वाची! वेदना नाही. त्याची आनंदाची बातमी, तो आपल्यापर्यंत कुठल्या माध्यमाद्वारे पोहोचवतो, हे महत्त्वाचं आहे की त्याचा आत्ताचा हा आनंद?'

'हे, हे सर्व ना – पैसा – त्यामुळे विकत घेतल्या गेलेल्या ह्या, ह्या वस्तू – ही यंत्रं – पैसाच कारणीभूत आहे – बस्!'

'बघ – परत-परत तुझं एकच – चलन महत्त्वाचं नाही. संचलन महत्त्वाचं! आणि आता आपल्याला तेच करायचं आहे.'

'तू –'

'नाही. आपण – आपण दोघांनीच त्या दोघांना – तिघं होताना सांभाळायचं आहे.'

'पण अंबरने प्रत्येक वेळी हेच केलं. तो कधीही माझ्या भावना समजू शकला नाही. कायम त्याने आडमार्ग स्वीकारला.'

'आता मात्र हे जरा जास्तच होतंय. समोरासमोर असताना तुमचे वाद कमी

होतात का?'

'म्हणून हे असं?'

'अरे संवाद महत्त्वाचा, वाद नव्हे. तू हे नक्की मान्य करशील. हो ना?'

'हो.'

'आपण आपला आनंद म्हणून एक जीव जन्माला घालतो. आपल्या पद्धतीने, आपल्याच विचारांप्रमाणे त्याला वाढवतो. पहिली हाक – 'आई-बाबा' हर्ष होतो. धन्य होतो. मग शब्दच शब्द तयार होत जातात. त्यात समाजाच्या शब्दांचीही भर पडते. शब्द अर्थांसकट बदलतात. पण तरीही देवाण-घेवाण होत राहते. अंबर आपल्यापासून दूर गेलेला नाही. उलट तो बाप झाला की, अजून आपल्या जवळ येईल. त्याचं बाळ त्याच्या हाकेला हुंकार देऊ लागेल आणि मग त्यालाही देहाने व्यक्ती समोर असली की, संवादातलं सुख उमगेल. मग सगळे वाद मिटून जातील. संवाद राहील.'

'राजा, चैतालीच्या ह्या व्यक्तव्याबद्दल तुझं काय मत आहे?'

वेताळाने प्रश्न विचारला.

राजा विक्रमादित्य बोलू लागला.

'वेताळा, तू अगोदरच सांगितल्याप्रमाणे शब्द हे खरोखरच एक प्रभावी माध्यम आहे. पण शब्दांच्या बरोबरीनेच माणसाचं सामोरं असणं हेही महत्त्वाचं. चैतन्यची तगमग समजू शकतो मी. निरनिराळी साधनं उपलब्ध झाली तरीही स्पर्शाची महती भाव पोहोचवायला अधिक प्रभावी आहे.'

'मुलं निरोप देतात, कुठे आहे, कधी येणार वगैरे गोष्टी घरी कळवतात म्हणजे त्यांचं काम, त्यांची जबाबदारी संपली का? माणसं माणसांना पारखी होत चालली आहेत. प्रत्यक्ष भेटीतला आनंद लोप पावत चालला आहे, तो केवळ ह्या यंत्रांमुळेच. पण कधी असंही वाटतं, प्रत्यक्ष भेट होत नाहीये. पण निदान ख्यालीखुशाली तरी समजत्ये – यंत्रांमुळेच!

'वेताळा, दोन्ही गोष्टी सत्य! माणसं जवळही आली आणि दूरही गेली. पण तरीही मी सांगतो ते लक्ष देऊन ऐक.

एक असा दिवस उजाडेल की मानवाला संवादसुखाबरोबरीने व्यक्तीचं सामोरं असणं अत्यावश्यक वाटेल. मग संभ्रम उरणार नाही आणि नंतर तर शब्दांचीही गरज भासणार नाही. मौनातून अजाणतेपणी सुरू झालेला हा जीवनप्रवास जाणीवपूर्वक मौनात हरवेल. ह्या शब्दहीन संवादाने निर्माण होणाऱ्या संवेदना कालातीत असतील. असंच होईल वेताळा, असंच!'

वेताळाने राजा विक्रमादित्याच्या पाठीवर थोपटलं. राजाला वेताळाचा तो स्पर्श बरंच काही सांगून गेला. राजा त्या स्पर्शाच्या संवेदना अनुभवत असतानाच वेताळाने परतीचा रस्ता धरला आणि झाडावर जाऊन लटकू लागला.

थ्रिल

'वेताळा, माणसाला नक्की काय हवं असतं?'

'भले! तू माणूस असून तुलाच माहीत नाही?'

'नाही माहीत. मी माणूस म्हणून कमी आणि राजा म्हणून जास्त जगतो आहे. अगदी बालपणापासून. मला मी कधी हट्ट केलेला आठवत नाही. कधी...'

'तू का हट्ट करशील? आणि कशाचा? हट्ट करण्यासाठी त्या वस्तूंची वानवा असावी लागते. तुझ्या महालात एक टाळी वाजवली की वस्तू हजर.'

'पण म्हणजे, बालपण कधी अनुभवताच आलं नाही. रडायचं नाही. कारण मी राजपुत्र! मोठ्यांदा हसायचं नाही. कारण, अदब हवी वागण्यात. मातोश्रींना भेटायला जायचं तर आधी वर्दी पाठवायची. धावत जाऊन आईच्या कंबरेला मिठी मारावी, असं घडलंच नाही.'

'ही खंत तुझ्या मातोश्रींनाही असणार.'

'खरंच? पण मग त्यांनी कधी तसं साधं बोलूनही दाखवलं नाही.'

'संस्कार! राजघराण्याचे संस्कार!'

'असे मन मारून टाकणारे संस्कार कशाला हवेत वेताळा?'

'पूर्वीचं राहू दे. आज तुझे पुत्र तुला वर्दी न देता भेटायला येऊ शकतात का रे?'

'अं?'

'नाही ना?'

'म्हणजे मीसुद्धा?'

'माणसाला हेच हवं असतं. संस्कार कधीतरी झिडकारून द्यावेसे वाटतात. एक वेगळंच जग अनुभवावंसं वाटतं. थोडक्यात, काहीतरी वेगळं घडावं असं वाटत राहतं.'

'पण नाही घडत वेताळा!'

'का खिन्न होतो आहेस राजा? विक्रमादित्य ना तू? विक्रम घडवणारा, पराक्रमी...'

'कुठे दाखवू तो पराक्रम आता? जग बदललं. राजे-रजवाडे धुळीला मिळाले.

तरीही मी जपत राहतोय तेच तेच. जुनं – युगानुयुगं चालत आलेलं...'

'आज नक्कीच बिनसलंय तुझं काहीतरी. चल. फेरफटका मारून येऊ.'

'नको.'

'चल, नाही तर हा चाललो मी...'

'वेताळा, तूही तीच तीच धमकी युगानुयुगं देत राहणार का?'

'आणि तूही माझ्या धमकीला युगानुयुगं घाबरत राहणार?... चल.'

जराशी मोकळी, सुनसान अशी नव्हे, पण वर्दळ कमी असलेली जागा. त्या जागेत एक लहानसं, पण स्वच्छ हॉटेल. विक्रमादित्याने वेताळाच्या सांगण्याप्रमाणे एक टेबल अडवलं. दोघं समोरासमोर बसले. काही येत होते, काही जात होते. माणसं अशा जागेच्या शोधात असतातच. आणि 'ती जरा वर्दळ कमी असलेली जागा आहे. तिथे जा...' असं एक-दुसऱ्याला सांगतात. आणि हळूहळू फार कमी जणांना माहीत असलेली जागा सर्वश्रुत होते. वर्दळ वाढते. राजा ह्या विचारांनी हसला. खिन्न राजा हसलेला बघून वेताळाला बरं वाटलं. तेवढ्यात आवाज आला. वर्दळ कमी होती म्हणून तो ऐकूही आला. राजा आणि वेताळ आवाजाच्या दिशेने बघू लागले.

'किती वाट बघायची तुझी?'

'निघालेच होते रे. तेवढ्यात बॉसने बोलावलं.'

'हं! नेहमीचं कारण, तुला मी महत्त्वाचा आहे की बॉस?'

'दोन्ही.'

'काय?'

'मग? पैसा नको कमवायला? बॉसला नाही येत सांगितलं असतं तर...'

'जाऊ दे. भेटलो आहोत आपण... माझा विश्वासच बसत नाही...'

'माझाही. किती वर्षांनी रे भेटतो आहोत?'

'खूप... तुला कधीही भेटायचं ठरवलं तरी...'

'कधी ठरवलं असं आपण?'

'मनातल्या मनात अनेकदा.'

'कसा आहेस?'

'ठीक! तू?'

'तशीच. ठीक. म्हणजे, तसं सगळं चांगलं आहे रे, पण तरीही काहीतरी बाकी आहे असं वाटतं.'

'माझंही तसंच होतंय. नाव आहे, प्रतिष्ठा आहे, उत्तम बँक बॅलन्स आहे. मुलं

चांगली आहेत, मला त्यांचं टेंशन नाही.'

'मला हे ऐकून खरंच आनंद झाला. तू सुखी आहेस. अजून काय हवं मला? मीही सुखी आहे.'

'माझी मुलं जबाबदारीने वागतात. मिळून-मिसळून असतात. मोठी झाली आहेत, तरी सल्ला घेतात.'

'मग खुपतंय काय?'

'समजत नाही रे. तुला काय खुपतंय?'

'जाऊ दे. ऑर्डर द्यायची?'

'अंऽऽ तुझ्यासाठी एक पेग बॅग-पाइपर?'

'तुला आठवतंय?'

'विसरले नव्हतेच...'

'तुझ्यासाठी पिना-कोलाडा. व्हर्जिन. राइट?'

'तूही विसरला नाहीस. तुला चिकन माखनवाला आणि रोस्टेड रोटी.'

'तुझ्यासाठी पालक पनीर आणि गार्लिक नान विथ बटर.'

'आणि दोघांसाठी बुंदी रायता न् मसाला पापड...'

'वॉव! डन्!'

'हळू – ऐकत आहेत बघ ती दोघं... दे ना ऑर्डर.'

'हं. आता बोल.'

'काय बोलू?'

'भले! खूप गप्पा मारायच्या आहेत. खूप काही सांगायचं आहे. असं कोण म्हणालं?'

'हो... पण. खरं सांगू? काहीही बोलावसं वाटत नाही आहे आत्ता. आठवतही नाही आहे. तुला बघत राहावसं वाटतंय. नीट बघितलंच नाही तुला कित्येक वर्षांत!'

'खरं आहे. मीही तुला आत्ता न्याहाळतो आहे. अगदी... पूर्वी जसा न्याहाळत होतो. लाजलीस?'

'पाण्याचा ग्लास का आपटतो आहेस?'

'त्याशिवाय दुसरं काही करता येत नाहीये ना म्हणून!'

'उगीचच आक्रस्ताळेपणा करू नकोस. हॉटेल आहे हे. घर नाही. ते काका-काकू आपल्याकडे बघत आहेत.'

'कोण काका-काकू?'

'ते. त्या टेबलावर बसलेले.'

'कुणालाही माझा काका काय करतेस? आणि कोण कुठली ती काकू? बघू देत. मला काहीही फरक पडत नाही. एऽऽ ऑर्डर घे रे!'

'प्लीज, बिहेव्ह युवर सेल्फ! वेटर असला तरी माणूस आहे तो. रानटी आहेस...'

'ए. तू मला शिकवू नकोस आणि रानटी काय? रानात जाऊन रानटी माणसांवर थिसिस लिहित्येस का?'

'तू म्हणजे ना... तुला काय मी शिकवणार? शिकण्यासाठी थोडी अक्कल असावी लागते.'

'असं? ओके देन. बाय मी निघालो.'

'जा ना मग. नुसत्या धमक्या का देतो आहेस?'

'का जाऊ? नाही जात जा. हे हॉटेल तुझ्या...'

'बास! एक शब्द बोलू नकोस पुढे.'

***

'वेताळा, हे काय चाललं आहे?'

'बघ. श्रवण कर राजा.'

'अशक्य!'

'कुठे निघालास?'

'आमचे पूर्वीचे युगानुयुगं चालत आलेले संस्कारच योग्य आहेत, वेताळा... आम्ही निघालो.'

'थांब. बघू पुढे काय होतं ते. ही आज्ञा समज.'

***

'अरे, ती दोघं किती भांडत आहेत.'

'तू त्यांची चिंता का करत्येस?'

'आपले पण असेच वाद व्हायचे नाही?'

'हो. तेव्हा आपण दोघंही वेडे होतो.'

'आणि आता?'

'शहाणे वेडे.'

'म्हणजे?'

'हे असं भेटणं. एकमेकांच्या आवडी जपणं. हातातून जे जे हरवलं आहे ते ते पुन्हा मिळवण्याचा प्रयत्न करणं. अगदी एका संध्याकाळ पुरतं का असे ना...'

'म्हणून शहाणे वेडे?'

'हो ना! म्हणजे बघ. तो काळ पुन्हा ताजातवाना करण्याची ही ओढ...'

'असं रे काय...'

'पुन्हा लाजलीस?'

***

'तुला काय लाज आहे की नाही?'

'का? आता मी काय केलं?'

'विचार कर जरा. आणि मी तुला म्हणालो होतो ना, की तू लाल रंगाचे कपडे घालायचे नाहीस म्हणून? तरीही पुन्हा...'

'तू ढीग सांगशील! पण मला लाल रंग आवडतो.'

'हेच. हेच. सतत स्वत:चा हेका. तू म्हणशील तेच खरं.'

'आता ह्यात हेका काय? मी तुला रोज सांगते की ती बॉक्स की भॉक्स चड्डी घालत जाऊ नकोस. तुझ्या ह्या एवढ्या मोठ्या तंगड्या दिसतात... उघड्या. तरीही तू घालतोसच ना?'

'ए, माझं घर आहे. घरात मी मला हवा तसा राहणार.'

'हा संपूर्ण अंग झाकून टाकणारा सलवार-कमीज आहे... तर...'

'पण तो लाल रंगाचा आहे. पेपर वाचत नाहीस ना! कसा वाचशील? त्यात सर्वसामान्य ज्ञान मिळतं ना! आणि ज्ञानाचं आणि आपलं कायम वाकडं. अगदी छत्तीसचा आकडा.'

'ॲहॅहॅहॅ. काय पण! तू पेपर वाचून सर्वज्ञ झालायस ना अगदी?'

'मी काय आहे हे तुला कधी कळणारच नाही. पण तरी सांगतो ते ऐक. अमेरिका का कुठल्याशा देशातल्या शास्त्रज्ञाने शोध लावला आहे की, लाल रंगाचे कपडे घातलेल्या बायका पुरुषांना आकर्षित करतात.'

'असं?'

'मग! पुरावाच आहे तसा. व्हॅलेंटाइन डेला लाल रंगाचा गुलाब – त्याला महत्त्व आहे. का? लालच गुलाब बरं का! प्रियकराने प्रेयसीला आणि प्रेयसीने प्रियकराला लाल रंगाचा गुलाब द्यायचा...'

'अच्छा? मला ठाऊकच नव्हतं रे हे! किती जणींना दिलास असा गुलाब, लाल रंगाचा?'

'हॅ! असं विचारण्यापेक्षा असं विचार ना की किती जणींनी मला लाल गुलाब दिला?'

'तुला – छ्या! मीच असेन ती एकमेव. मूर्ख!'

***

'वेताळा, हे काय? गुलाब, इतकं अप्रतिम पुष्प! आपल्या महालाच्या बाहेरच्या बागेत गुलाबपुष्पांचे ताटवेच्या ताटवे बहरतात. संपूर्ण वातावरण सुगंधित होऊन जातं. किती रंग, किती आकार आणि काय ती परमेश्वराची सौंदर्य-निर्मिती! ह्या अशा पुष्पावरून ही माणसं भांडत आहेत? त्या परमेश्वराने निर्मिलेल्या सौंदर्याची तुलना होत आहे. ती ही अशी?'

'राजा, ह्या गुलाबाचं महत्त्व एका दिवसासाठी आहे. प्रेम व्यक्त करण्यासाठीसुद्धा मानवाने आता एका दिवसाची योजना केली आहे.'

'आणि इतर दिवशी?'

'ते आपण प्रत्यक्ष 'याचि देही याचि डोळा' बघत आहोतच.'

'मला जाऊ दे आता तरी.'

'नाही. आता तर रंगत वाढत आहे. तुझा प्रश्न तुला आठवत असेलच की, माणसाला नक्की काय हवं आहे?'

'होय वेताळा. पण उत्तर न मिळता गुंता वाढतो आहे.'

'तरीही संयम धर. काही पेय मागव. हां. इथे टाळी वाजवायची नाही. शुक-शुकही करायचं नाही. 'एक्स्क्यूज प्लीज' असं म्हणायचं...'

***

'पहिला व्हॅलेंटाइन डे!'

'आपल्या वेळेला कुठे होता रे?'

'होता ना! अगदी सुरुवात झाली होती नुकतीच त्या प्रथेला.'

'मला नाही आठवत!'

'असं? बरं, मी आठवण करून देतो.'

'सांग.'

'तू मला वाटतं म्हणजे आठवतं की गुलाबी रंगाची साडी नेसली होतीस. तुझे खांद्यापर्यंत मोकळे सोडलेले केस आणि गळ्यात मोत्यांचा एक सर. तसेच कानातही मोत्यांचेच...'

'इतकं वर्णन?'

'हो. तुझ्या प्रेमात पडलो मी त्या दिवशी... एखादी अप्सरा... परी...'

'पुरे...'

'ऐक ना...

'ऐक ना... तर... माझे मित्र मला चिडवायचे. त्या दिवशी तर कहर झाला.

कोणीतरी मला भोळसट म्हटलं, डरपोकही. मग मात्र मी खवळलोच. आपल्या कॉलेजच्या गेटजवळ फुलविक्रेता होता.'

'आठवतो. मी बऱ्याचदा गजरा घ्यायची त्याच्याकडून.'

'त्याच्याचकडून लाल गुलाब घेतला आणि सरळ तुझ्यासमोर आलो.'

'म्हणाला होतास. केवळ तुझ्याच हातात शोभून दिसेल हा गुलाब. घे प्लीज.'

'तू घेतलास.'

'मलाच समजलं नाही. कधी कसा घेतला...'

'तो दिवस रोझ-डे होता.'

'हो. आठवलं. खरंच रे, मलाही मैत्रिणी चिडवत होत्या त्यानंतर...'

'मी विसरलो नाही अजूनही... आणि तू विसरलीस.'

'डे विसरले, पण गुलाब नाही विसरले. तो गुलाब आजही आहे माझ्याजवळ.'

'खरंच?'

'हो. माझ्याकडे एक लाकडी, कोरीव काम केलेली डबी आहे लहानशी. त्यात ठेवला आहे.'

'इतकी वर्षं? कसं काय?'

'माझी वस्तू आहे. मी जपून ठेवली आहे. लपवून. कुणालाही मिळणार नाही अशा ठिकाणी.'

'तुझं हे काव्य मला कधी जमलं नाही. तेव्हा तू किती नाराज व्हायचीस. नेहमी म्हणायचीस...'

'तुला कसली हौसच नाही. हो ना?'

'आणि मग मी म्हणायचो...'

'सरकार, ही कामं आमची नाहीत.'

'सगळं सगळं लक्षात आहे ना?'

'हो. आणि हेच तर जपून ठेवण्याचे क्षण... पेग संपला तुझा. रिपीट?'

'हो. हरकत नाही.'

'तू हो म्हणायचं आणि मी ठरवायचं.'

***

'तू कधीतरी मी म्हणेन त्याला होकार दिला आहेस?'

'पुरे आता. गप्प राहा. अजून ऑर्डरही दिली नाहीस.'

'तूच देना.'

'ठीक आहे. चिकन मसाला आणि परोठा.'

'मला चिकन नको आहे.'

'मग सांग ना काय हवं ते. मला चिकन हवंय. तू तुझं ठरव.'

'अच्छा, म्हणजे तू सांगणार नाहीस... ठीक आहे. मटण बिर्याणी...'

'आता कसं?'

'का? माझी आवड लक्षात राहत नाही?'

'कशी काय लक्षात ठेवायची? रोज बदलत असते.'

'एक सोडून...'

'म्हणजे? मी?'

'काय वेड लागलंय का मला? बिअरबद्दल म्हणतोय मी...'

'अजिबात चालणार नाही. मला तो बिअरचा वासच मुळी आवडत नाही.'

'आधी आवडायचा. बिअरचा रंगही आवडायचा. तशा रंगाची साडी हवी होती तुला.'

'आणलीस का पण? नाहीच ना?'

'बिअर आणत होतो ना... घ्यायचीस ना तेव्हा?'

'तुझ्यासाठी. पण आता नाही. खूप ॲडजस्टमेंट्स केल्या मी. आता नाही करणार. इट्स युअर टर्न नाउ.'

'माझ्यासाठी बिअर घेत होतीस. ही ॲडजस्टमेंट?'

'हो – मग? कडू कडू – जळजळ – आणि गॅस...'

'एन्जॉय करायचीस – विसरू नकोस. हट्टही करायचीस.'

'असं सॅक्रिफाइज करायला आवडायचं. ते वय असतं तसं. काहीही करायची तयारी...'

'मग सिगारेटचा झुरका घे म्हणून सांगत होतो, तेव्हा इतकी चिडली का होतीस?'

'धिस इज टू मच!'

'करायचं होतंस ना त्या वयातलं हेही सॅक्रिफाइज – '

***

'वेताळा हे काय चाललं आहे? आम्हांला उमजेनासं झालं आहे.'

'गुडगुडी माहीत आहे ना, तुला त्याचंच वेगळं स्वरूप सिगरेट असं आहे.'

'तसाच धूर, गुडगुड असा आवाज?'

'नाही. कमी धूर, ध्वनिरहित.'

'एक स्त्री असं करू शकते?'

'काहीही करू शकते स्त्री. हा जमाना... काळ ओळख राजा...'

***

'पण तू नेहमीच सॅक्रिफाइज केलंस. मला ते कधीही आवडलं नाही.'

'स्त्रीला करावंच लागतं. तरच घर, घर म्हणून टिकतं.'

'खरं आहे. उदास झालीस?'

'नाही रे. उदास कशाला म्हणून? उलट मला आनंद आहे. मी घरासाठी काहीतरी करू शकले. जाऊ दे. ती दोघं बघ ना, अजूनही भांडत आहेत. आपलं भांडण इतक्या दूरपर्यंत, इतका काळ कधीच टिकलं नाही.'

'त्यालाही कारण तूच. होय म्हणायचं, बरं म्हणायचं, पुन्हा नाही असं होणार, असं म्हणायचं आणि माझा राग मिटवून टाकायचा. किती सोपं होतं तुझ्यासाठी हे सगळं!'

'राहू दे ना आता सर्व. स्वीट डिश?'

'यस्. आपण ठरवलं होतं की उदासीचा स्वर येऊ द्यायचा नाही. ठीक. स्वीट डिश... अं... व्हॅनिला विथ् हॉट चॉकलेट... प्लीज्...'

'ए, बिल मी देणार आहे हं!'

'असू दे गं. मी देतो. पुन्हा कधी भेट?'

'अशीच कधीतरी...'

'नक्की?'

'हो. बिल मी देणार.'

'येऊ दे तर आधी... आणि नकोच. तुला हिशोब वगैरे द्यायला लागला तर उगीचच...'

'तशी वेळ आता येत नाही. मी कुठे जातच नाही. घर-नोकरी-घर... हेच आयुष्य. आज मात्र ह्या आयुष्यात काहीतरी वेगळं घडलं. खूप हवंहवंसं. मला वाटतं, हेच निसटून गेलं होतं हातातून.'

'मिळालं?'

'हो. आता हे मला खूप काळ पुरेल. थँक्स!'

'कशासाठी? मीही मिळवलंच ना!'

'मला सुधीर मोघ्यांची एक कविता आठवली. त्यातल्या फक्त दोन ओळीच जास्त महत्त्वाच्या. सांगू?'

'सांग.'

'एक सांगशील, आपले रस्ते अचानक कुठे कसे भेटले?'

'मी सांगतो पुढचं – आपल्याच नादात चालताना, हे देखणे वळण कसे भेटले?'

'हो. असंच आहे काहीतरी. एखाद दुसरा शब्द चुकला असेल, पण भाव नाही चुकला.'

'ऐकलंस?'

'मला कुणाचं चोरून ऐकायची सवय नाही.'

'पण सरळ कानांवर पडत असेल तर?'

'आपला संबंध नाही म्हणून दुर्लक्ष करायचं.'

'हे काहीतरीच.'

'जेवण झालंय ना? घशाखाली उतरलंय ना? उठा आता.'

'बिल?'

'भर ना तू. नोकरी करतेस, कमावतेस, नेहमी तोरा मिरवतेस तुझ्या पैशांचा...'

'म्हणून काय झालं? तू कर्ता पुरुष ना...'

'इतर ठिकाणी तुम्हा बायकांना समान हक्क हवा. जिथे जा तिथे लेडीज फर्स्ट. मग बिल भरताना आम्ही का फर्स्ट?'

'भरते. कटकट करू नकोस आणि बाय द वे, माझी नोकरी आहे म्हणून घर व्यवस्थित चालू आहे.'

'भांडायला आलोय का इथे?'

'तूच तर भांडतो आहेस. घरात सासूबाई असतात, त्यांच्या समोर हा तमाशा नको, म्हणून तर बाहेर भेटायचं ठरवलं ना. आणि काय रे, सकाळी अगदी टूथपेस्टच्या झाकणावरून बोंब मारत होतास. त्यावरून सुरुवात होत होती, म्हणून तुला भांडू नकोस, काय सांगायचं ते बोल संध्याकाळी असं म्हणाले, तर बोलला काहीच नाहीस...'

'काय बोलू? कप्पाळ! सोडून दे.'

'पण काय?'

'हे बघ, मी भांडेन, ओरडेन, काहीही करेन. पण असं दुसऱ्याच्या बायकोबरोबर हॉटेलात जेवायला वगैरे येणार नाही...'

'म्हणजे? मी अशी जाईन असं वाटतं तुला?'

'मी म्हणालो का तसं? पण त्या दोघांकडे बघितल्यावर तर...'

'मोठी मेहरबानी – '

'तुझीही. भर बिल आणि टीपही दे.'

'देत्ये. शी! पुन्हा नाही येणार मी तुझ्या बरोबर. लाज आणतोस अगदी...'

'मी?'

'पुरे – ऊठ आता. संपली बिअर आणि ती सिगरेट आणि ती बिर्याणीसुद्धा. नीघ...'

***

'चला. आता निघायला हवं.'

'हो. मग पुन्हा?'

'निघू या आता. त्या दोघांचे आपल्याबद्दलचे शद्ब ऐकून...'

'लोकांना भीक घालायची गरज नाही.'

'तरीही. नकोच.'

'तू सगळं ऐकत होतीस?'

'हो. तूही ऐकत होतास.'

'आता ऐकू येत होतं तर...'

'मला कसंतरीच होतंय. बिल भरून झालं की लगेचच...'

***

राजा विक्रमादित्याला काही कळेना. तो चक्रावून गेला होता. हे त्याचे प्रजानन होते. खरंतर नव्हते, पण त्याला तसंच वाटत होतं.

'वेताळा, अधोगती हीच का?'

'चल राजा, आज तुझा दिवस असाच कष्टी जाणार बहुतेक.'

'मला त्यांचा पाठलाग करायचा आहे. ते कोण, कुठले शोधून काढायचं आहे.'

'कशासाठी?'

'मोलाचं आयुष्य प्रतारणा आणि विवादात घालवणं हितकारक नाही हे त्यांना सांगायचं आहे.'

'जशी तुझी मर्जी. पण त्याने काही फरक पडेल असं वाटत नाही. ह्या भूमीत अनेकानेक संत, महान आत्मे होऊन गेले. अनेकांनी जीवनाचं सत्य सांगितलं. लोकांना, रयतेला समजावं म्हणून त्याग केले. जनजागृतीसाठी दाही दिशा हिंडले. परंतु... ठीक आहे. तूही प्रयत्न कर. प्रयत्नांती परमेश्वर...!'

***

'काय मजा आली ना?'

'हो रे. पण खरंच ती टेबलावरची दोघं आपल्याला वेगळं समजत होती.'

'आपण तसंच तर वागत होतो.'

'पुन्हा जुने दिवस अनुभवास आले रे. ते प्रेम, ती हुरहुर, ते चोरून भेटणं. सगळं विसरून गेलो होतो आपण ह्या रोजच्या जगण्यात. डबा तयार करा. ऑफिससाठी धावपळ करा. थकून या. पुन्हा सर्व तेच आणि कधी एकदा झोपत्ये...'

'खरं आहे. आज प्रियकर-प्रेयसी भेटले. रोज नवरा-बायको भेटतात. निदान

तीन-चार महिन्यांतून एकदा असं भेटायला हवं. चोरून.'

'चोरून! लोकांना वाटेल, आपलं लफडं आहे.'

'शी: लफडं काय म्हणतोस!'

'मजा आली ना?'

'हो. खूप.'

'कसं वाटतंय?'

'थ्रिल्ड!'

'हेच हवं होतं. माणसाला अजून दुसरं काय हवं असतं?'

'आता?'

'आता घर – '

'तू जा तुझा, मी येईन माझी.'

'वेगवेगळं जायचं घरी?'

'हो. चोरून भेटल्यावर घरात पाऊल टाकताना हृदयात होणारी धडधड अनुभवायची बाकी राहिली आहे अजून.'

'खरंच! आई, मुलं काय म्हणतील?'

'ठीक. पण एक अट आहे.'

'कोणती?'

'मला आज रात्री ती छोटीशी लाकडी पेटी, कोरीव काम असलेली, दाखवायचीस... मला तो गुलाब बघायचा आहे.'

'मान्य. येऊ आता! गाडी पकडायची आहे.'

'हं...'

***

'आयला, धम्माल.'

'सॉलिड!'

'नेहमीचं ते गुलुगुलु बोलणं, आय लव्ह यू. आय लव्ह यू. असं म्हणत राहाणं...'

'बघ ना! किती तेच तेच... सगळं मिळमिळीत.'

'काय झकास भांडतेस गं!'

'तूही. आज पहिल्यांदाच समजलं.'

'काय फटफट... काय तो राग...'

'ए, पण, हे एकदा केलं ते ठीक. पण पुन्हा नाही हं. बास झालं. अरे, किती हसतोयस!'

'नक्कीच त्या काका-काकूंना आपण म्हणजे कजाग वाटलो असणार.'

'पण ती दोघं कमालच होती. बिचारा तिचा नवरा आणि त्याची बायको...'

'आपण नाही असं वागायचं कधीच. पण मजा आली.'

'हो. काहीतरी वेगळं.'

'अगं, आयुष्यात थ्रिल हवं. प्रेम केलं आपण, लग्नही झालं. कुठे कुणाची साली आडकाठी नाही. सगळं मिळमिळीत. तुझी नोकरी. माझी नोकरी... एकदम बेस्ट – नोकरही चांगला. आयुष्यात काही चॅलेंज राहिलाच नाही...'

'हो. पण म्हणून पुन्हा अशी वादावादी नको.'

'वा! बिअर-सिगरेट-सॅक्रिफाइज... सॉलिड आहेस तू.'

'गंमत होती ती. पण... मला भीती वाटते. ती दोघं बघितलीस ना? किती एकमेकांना खूश ठेवत होती. ह्या वयात हे असं...'

'ज्यांना घरात सुख मिळत नाही ते असे... पण आपण दोघं सुखी आहोत. राजा-राणी! आज जे वागलो ते ठरवून, जस्ट थ्रिल!... पण आहोत राजा-राणीच ना! मग?'

***

राजा विक्रमादित्य चक्रावून गेला. माणसाला काय हवं असतं? ह्याचं उत्तर मिळालं. पण समाधान नाही.

'वेताळा, हे असंही असतं?'

'हो. असतं.'

'आज माझ्या प्रश्नाचं उत्तर मिळालं. पण वेताळा तरीही काहीतरी बाकी आहे.'

'चल, तुला सांगतो.'

वेताळ राजाच्या पाठुंगळी बसला. राजा त्याला घेऊन राज्याच्या दिशेने चालू लागला.

'राजा, सगळंच एकापाठोपाठ एक मिळत गेलं की, मिळवण्यासारखं काही राहत नाही. लहान वयात सर्व हाताशी आलं, तर मग उर्वरित आयुष्यात करायचं काय? माणसाला हा प्रश्न ग्रासून टाकतो आहे आणि ह्याला कारणीभूत तूच आहेस.'

'तो कसा काय?'

'आज मला रेफ्रिजरेटर घ्यायचा आहे. पैसे नाहीत. तू काय करशील?'

'तुला मी कर्ज देईन. वस्तू लगेचच घरात असेल.'

'हेच कारण. सुलभ हप्त्यावर वस्तू मिळू लागल्या. त्या मिळवण्यातलं थ्रिल

तू नष्ट केलंस. मग रयत काय करणार?'

'मग आम्ही काय करू? आम्हांला रयतेचं दु:ख बघवलं नाही. जिवाचा जो आटापिटा चालतो तो सहन होत नाही. सर्व काही देऊनही माणसं दुर्मुखलेली हे बघूनच आम्ही तुला प्रश्न विचारला, 'माणसाला नक्की काय हवं असतं?'

'थ्रिल! हे एकमेव उत्तर राजा. आता मी निघालो. हा चाललो. तू आता तुझ्या ह्या रयतेला जीवनातलं थ्रिल पुन्हा कसं मिळवून द्यायचं ह्याचा विचार कर...'

वेताळ निघाला. राजा त्याच्या पाठोपाठ पळत राहिला, पण तेवढ्यात वेताळाने त्याचं वस्तीचं झाड गाठलं होतं.

राजा विक्रमादित्य जंगलातली अंधारी पाऊलवाट तुडवत निघाला. विचार करत... थ्रिल मिळवून द्यायचं म्हणजे नक्की काय करायचं!

राजा विक्रमादित्य महाली आला. तो गाढ विचारात होता. महाराणी काहीतरी सांगत होती. पण त्याचं लक्ष नव्हतं. शेवटी ती चिडून जरा मोठ्यांदा म्हणाली, 'हे असेच राहा. सतत दुसऱ्याचा विचार करत राहा. राज्य नाही हाताशी म्हणून कसली कामगिरी करावी लागत नाही तर विनाकारण त्या पिशाचाबरोबर रात्र-रात्र बाहेर राहायचं. प्रश्न विचारत फिरायचं आणि गोष्टी ऐकून अचंबित व्हायचं. बास झालं. पण इथे आम्ही आहोत तर आमच्या प्रश्नांना कधी उत्तरं मिळणार नाहीत. असंच ह्या दगडी महालात बसून राहण्यात आमचं आयुष्य संपून जाणार. साधी विचारपूसही नाही आणि म्हणे आम्ही आवडती...'

'काय हवंय आपल्याला?'

'हेही आम्हीच सांगायचं? पूर्वी आमच्या कपाळावरच्या एका साध्या रेषेतून आपण ओळखायचात आम्हाला काय हवं आहे ते! आणि आता कित्ती बोलून दाखवलं तरीही समजत नाही.'

'काय झालंय राणीसाहेब? सर्व काही तर हजर आहे तुमच्यासाठी...'

'तेच म्हणतो आम्ही महाराजांना काय झालं आहे? ही अस्वस्थता, रात्र रात्र महालाबाहेर राहणं. महाराजांसाठीसुद्धा सर्व काही हजर आहे, मग महाराजांना शेवटी हवंय तरी काय?'

काडी

'वेताळा. आज नको जायला कुठेही. इथेच बसू या. ह्या घनदाट जंगलात. गप्पा मारू या. दोस्त, चालेल ना?'

'वा राजा! भाषा बदलत चालली आहे तुझी. दोस्त?'

'काळ बदलला. आपणही बदलायला हवं ना! राजवाड्यातली भाषाही बदलली आहे, सतत चालू असणाऱ्या टीव्हीमुळे. दोन्ही राण्या मश्गूल असतात तो बघण्यात. आता पूर्वीसारखी परिस्थिती नाही. ना कुणी पंगतीला पाहुणे असतात, ना आम्ही कुठे बाहेर जात. कुणी उरलंच नाही आमच्यासाठी! सगळेच परलोकवासी झाले आहेत. विक्रम करण्यासाठी तरी काहीतरी घडावं लागतं... आता केवळ नावच राहिलं – विक्रमादित्य!'

'दुखावलास! मला दुखवायचं नाही तुला. सहज बोलून गेलो. राजा, निदान तू माणसांत तरी आहेस. मी माणसांतही नाही आणि भुतांमध्येही नाही. म्हणून तर सतत झाडावर लटकलेला असतो. माझेच भोग आहेत हे.'

'कसले भोग?'

'अनेक जन्मांचे – जन्मांमधल्या कृतींचे – मुक्ती नाही.'

'तुला हवी?'

'खरं सांगू तर हो. पण तू असा भेटला आहेस की...'

'तुला तुझे जन्म आठवतात?'

'होऽऽ'

'सांग ना, निदान एखादा जन्म... मला काहीच आठवत नाहीत.'

'नशीबवान आहेस. माझ्याकडे आठवणींचा खजिना आहे. मला त्रास होतो त्या आठवणींचा, पण त्या माझा पिच्छा सोडत नाहीत.'

'बोल वेताळा, काहीतरी सांग. जे जे मनात खदखदत आहे ते बोल आणि मोकळा हो. आत्तापर्यंत इतरांचे प्रश्न विचारत होतास. आता तुझ्याबद्दल बोलू. सांग.'

'असाच एक जन्म! आम्ही मित्र – कॉलेजमधले. आता विद्याभ्यास असं म्हणत नाहीत, स्टडी असं म्हणायचं. तर मी कलाकार म्हणजे चित्रकार होतो, पण मला

चित्रं काढण्यात रस नव्हता, तर चित्रं उभारण्यात रस होता. शिल्पकार! सदन, इमारती बनवण्याचा, चितारण्याचा वसा घेतला होता मी. माझ्याच सारखे अजूनही होते. माझे सखेसोबती. आम्ही पाच जण! पंचम म्हणायचे आम्हाला सगळे जण.'

'तू आणि शिल्पकार?'

'हो. मी आणि सौमित्र, विशाल, पंकज, रॉड्रिक्स!'

'तुझं नाव काय होतं?'

'आदित्य.'

'वा!'

'मस्त होता काळ सगळा. जादूने व्यापलेला. भारलेला. सगळेच कलाकार, चित्रकार, पण प्रत्येकात काही ना काही वेगळी खुबी होती. प्रत्येकाची तऱ्हा वेगळी होती. स्वभाव भिन्न होते आणि तरीही आम्ही एकत्र होतो आणि चित्रा होती आमच्यात. चित्रा! एखादं चित्रच, शिल्प! गंमत होती. आम्हा पाचही जणांना ती आवडायची. आम्ही पाचही जण एकमेकांना तिच्या नावाने चिडवायचो.'

'आणि तरीही तुमच्यात वाद, हेवा-मत्सर...?'

'काहीही नाही. मित्र होतो आणि तसेच राहिलो. तुला राजा, एकेकाची तऱ्हा सांगतो. रॉड्रिक्स पेंटिंग्ज छान काढायचा, पण त्यापेक्षा गिटार जास्त छान वाजवायचा. पंकजच्या वडिलांचं स्पेअरपार्ट्सचं दुकान होतं. कॉलेज संपलं की, हा दुकानात जायचा त्यांना मदत करायला. पिढ्यान्‌पिढ्या चालत आलेलं दुकान. बाप गल्ल्यावर बसणार आणि पोरगा स्वतःच्याच दुकानात हमाली करणार. इतका रूक्ष व्यवसाय असलेले आणि रक्तात मुरलेले ते स्पेअरपार्ट्स आणि मुलगा हा असा. कलाकार उपजलेला. त्यांच्या संपूर्ण खानदानात ह्याचं आश्चर्य व्यक्त केलं जायचं आणि पोरगा? दिवसभर कलेच्या सान्निध्यात आणि संध्याकाळी बापाच्या शिव्यांच्या सान्निध्यात. पंकजला ह्या दोन्ही गोष्टी व्यवस्थित सांभाळता यायच्या. बाप म्हणायचा, 'शाळेपर्यंत शिकला, खूप झालं. आता पुढचं शिक्षण म्हणजे आयुष्यातल्या पाच वर्षांची बरबादी.''

'गंमत आहे. मुलं शिकत नाहीत म्हणून स्वतःच्या नशिबाला दोष देणारे वडील मी बघितलेत. पण हे असे वडील?'

'त्या त्या समाजाची ही मानसिकता आहे. कितीही शिकला मुलगा तरी शेवटी त्याला गल्ल्यावरच बसायचंय. ते शिक्षण त्यांना जास्त महत्त्वाचं वाटतं, पण पंकजने परंपरा मोडली. चित्रकार झाला. पण जे रक्तात मुरलेलं असतं ते कुठल्या कुठल्या रूपात बाहेर पडतंच. मॉडर्न आर्ट म्हणजे काय? तर जे मनात असेल ते मनाला पटलेल्या आकारांतून व्यक्त करायचं. त्याच्या पेंटिंगजमध्ये एक भलामोठा नट बोल्ट. उजव्या कोपऱ्यातून येणारी अंधुक प्रकाशाची एक रेघ आणि कॅप्शन 'ॲटॅचमेंट!'

'उत्तम... आणि इतर कसे होते?'

'रॉड्रिक्स! गिटार हे त्याचं पॅशन – चित्रांप्रमाणेच. त्याच्या चित्रांत गिटारांच्या तारांची चमक. त्या तारा जवारी लावल्यासारख्या आणि रेड नेल. तो कॉलेजमध्ये हिरो होता. गॅदरींगला त्याचं गिटारवादन हवंच. चित्रविचित्र शर्ट, केस वाढलेले, गॉडी – चमकणारे शूज...'

'म्हणजे माझ्या चढावांसारखे? रत्नखचित?'

'तसं म्हणता येईल...'

'आणि?'

'तसे आर्टचे स्टुडंट्स अस्ताव्यस्तच असतात. कसेही कपडे. दाढी वाढलेली, केसही मुलींप्रमाणे बांधलेले आणि झोळी. मळलेली. हे आर्ट स्टुडंटचं बेसिक चित्र. ह्यात अजून कशाचीही भर पडू शकते. सिगरेट... पेटती सिगरेट म्हणजे विचारांनी, कल्पनांनी डोकं गच्च भरलं असल्याची खूण. जसा धूर निघत राहतो तसे कोंडलेले विचार, कल्पना कागदांवर, कॅनव्हासवर पसरत जातात. चित्र पूर्ण होईपर्यंत कुणीही सांगू शकत नाही की काय चितारलं जातंय. आणि सौमित्र! अतिशय गरिबीतला. बाप कारकून. आई दम्याने आजारी. सौमित्र कसातरी कष्ट करून आर्टला आलेला पण हे शिक्षण महागातलं. बापासारखी कारकुनी करणार नाही ह्या पठडीतला. सौमित्रचा बाप दिवसरात्र कटकट करणारा. आम्ही चुकून त्याच्या घरी गेलोच आणि बाप घरात असला की, त्याचं तोंड सुटायचं. 'तुमचं बरं आहे. शंभर कागद बरबटवा, तुम्हाला फरक पडत नाही. पुढे हजार कागद तयार असतात. आमचं तसं नाही. कागदांवर रेघोट्या मारण्यापेक्षा आकडेमोड केली असती तर सौमित्रला समजलं असतं की, त्याला गिळायला घालताना किती मारामारी करावी लागते ते. कागद नासून पैसा मिळतो काय? नसते व्याप!''

असं बरंच काही. पण सौमित्र शांत असायचा. तयार व्हायचा. साधी जीन्स आणि लहान होऊ लागलेला टी-शर्ट, खांद्यावर झोळी, पायात झिजत आलेल्या स्लिपर्स... निघाला.

'चलो यार' असं म्हणत त्या चाळीतल्या भाड्याच्या घरातून बाहेर पडायचा, उपाशी पोटी. त्याची आई हाक मारत राहायची. नाश्त्यासाठी – काळसर-लालसर चहा आणि शिळ्या जाड पोळ्या! सौमित्र शांतपणे जिना उतरायचा. असह्य झालं तरच बोलायचा, क्वचितच...

'देवाने ही अशी खोपडी का दिली मला? बापाची इच्छा मी कारकुनी करावी. त्याचंही बरोबर आहे. त्यालाही दम्याने पछाडलंय. मिलमध्ये कापसाचे तंतू नाका-घशात जाऊन जाऊन दमेकरी झाला. डॉक्टर म्हणतात, त्याने ही नोकरी सोडायला हवी. सोडली तर दुसरी मिळेल ह्या वयात? आणि मोठा नवस करून जन्मलेला

हा त्यांच्या घराण्याचा दिवा... सौमित्र! पण माझं मन लागत नाही रे दुसरीकडे. 'रंग' हाच माझा आत्मा, तेच माझं ध्यान आणि तेच माझं आयुष्य!'

'होईल रे सर्व ठीक. आम्ही आहोत ना...'

'यस्! तुम्ही आहातच, पण केवळ स्वच्छ मैत्री-मित्र म्हणून. तुम्ही मला तुमच्या पैशांसकट नको आहात.'

'मान्य...'

'आणि हे बघ, काल रात्री काढलं. कसं आहे?'

'क्लासिक. व्हॉट अ ग्रेट शेडिंग यार!'

'ब्रशने पेंटिंग्ज करतात. त्यात काही विशेष नाही. मी पेंटिंग्ज करणारच, पण माझी पद्धत वेगळी असेल.'

'म्हणजे कशी?'

'हटके... कळेल लवकरच.'

'वेताळा, तुला तर शब्दन्‌शब्द आठवतो आहे!'

'हो. कारण जेव्हा मी त्या जन्मात जातो, तेव्हा तो जन्म माझ्यासाठी सजीव होऊन जातो. आता तू फक्त श्रवणकर्ता हो. मला त्या जन्मातून पुन्हा ह्या आत्ताच्या अवस्थेत येऊन पुन्हा त्या जन्मात जाणं कठीण पडतंय.'

'जशी आज्ञा वेताळा!'

'सौमित्र आमच्या गाडीत बसायचा. आमच्या म्हणजे, माझ्या. मी श्रीमंत बापाचा एकुलता एक मुलगा होतो. दिसायला उत्तम, शरीरयष्टी उत्तम, अभ्यास... एकंदरीत माझ्या प्रेमात कुणीही पडावं, असा होतो. तर सौमित्र माझ्या गाडीत बसायचा. पण त्यात कुठेही त्याला कमीपणा वाटायचा नाही. स्वतःच्या गरिबीची लाज वाटायची नाही. त्याने कधीही त्याच्या घरातल्या परिस्थितीवर कुणाशीही चर्चा अथवा कुणाकडेही कधी तक्रार केली नाही. तो कायम रंगांत असायचा. त्याची एक गंमत होती, वेडपटच! तो काड्या गोळा करायचा. असंख्य! सिगरेट जर काडीने पेटवली तर ती काडीसुद्धा टाकून द्यायचा नाही. त्याची झोळी रोज थोड्याथोड्या – मिळतील तशा काड्या आपल्यात साठवून घ्यायची. टूथपीक्स, कावळ्याच्या चोचीतून पडलेली काडी, उदबत्ती जळून संपल्यावर राहते ती काडी... असंख्य! हे त्याचं व्यसन होतं. आम्हा तमाम मित्रांना आणि चित्रालाही कुतूहल होतं की हा इतक्या काड्यांचं करतो काय?

आणि एक दिवस त्याने आम्हाला त्याच्या घरी रीतसर आमंत्रण देऊन यायला

सांगितलं. चित्राही होती तेव्हा बरोबर. त्याने त्याच्या हॉल कम बेडरूम कम डायनिंग रूम कम किचन अशा त्या एकुलत्या एक खोलीत आम्हाला सतरंजीवर बसवलं. समोरच्या भिंतीवर त्याने त्याच्या आईचं एक जुनेरं अडकवलं होतं पडद्यासारखं, ते त्याने काढलं आणि आम्ही अवाक झालो! असंख्य काड्यांचं एक अप्रतिम निसर्गचित्र समोरच्या भिंतीवर साकारलं होतं. त्या काड्या निरनिराळ्या रंगांनी रंगल्या होत्या. छोट्यातली छोटी काडीसुद्धा तिचं तिथलं अस्तित्व किती महत्त्वाचं आहे, हे सांगत होती.

'माय गॉड!'

'फॅन्टास्टिक!'

'लाजवाब...'

'उफ् इट्स टेरिबल...'

'सौमित्र, कित्ती सुंदर रे! काय जादू केली आहेस!...'

'आली का चांडाळ चौकडी – ह्या तुमच्या असल्या बोलण्यानेच वाट लागली आहे त्याची आणि म्हणून आमचीही. चला निघा. भिंत खराब केली सर्व. आता ती रंगवायला खर्च करा...'

'काका, भिंत खूप छान रंगली आहे...'

'काड्यांनी माखलीय – त्यात जळमटं अडकतील आता. नोकर नाहीये इथे ती साफ करण्यासाठी. मला छत्री हवी होती म्हणून ह्याला पैसे दिले तर छत्री न आणता हे रंग घेऊन आला. पावसात हे रंग मला कोरडे ठेवणार का रे? समजत नाही? बाप मरतोय आणि हा... निघा...'

आम्ही मुकाट्याने निघालो. सौमित्रही आला बरोबर. त्याचा चेहरा नेहमीसारखाच शांत होता.

'तू मूर्ख आहेस.'

'का? काय झालं?'

'साल्या, इतकं सुंदर चित्र कुणी घरातल्या भिंतीवर काढतं का? मोठ्ठा कॅनव्हास हवा होता अशा चित्रासाठी. कोण येणार तुझ्या घरी आणि बघणार ते? कुणाला दिसणार आहे ही तुझी आर्ट?'

'चित्रा, का चिडत्येस इतकी? अगं, त्या चित्रात काही चुका आहेत. परफेक्शन आलं नाहीये अजून. तू ते जवळून बघितलं नाहीस. बघू शकली असतीस तर समजलं असतं.'

'ओके. नेक्स्ट पेंटिंग कॅनव्हासवर.'

'डन्.'

आम्ही निघालो, पण चित्रा आणि सौमित्र वेगळे गेले. ती त्याच्याबरोबर जातेय म्हणून आम्ही सगळ्यांनीच दोघांना खूप चिडवलं. अगदी लहान झालो होतो तेव्हा.

'दोघंच जाताय?'

'इव्हन आय वाँट टू कम.'

'मी पण येणार...'

'जा ना तुम्ही कॉलेजला. मला सौमित्रला गिफ्ट द्यायचं आहे.'

'ग्रेट!'

'जातोस का आता?'

'यस् डार्लिंग – गोइंग... एन्जॉय...'

सौमित्र कसनुसा झाला. चक्क लाजला पण गेला तिच्याबरोबर.

दुसऱ्या दिवशी कॉलेजला आला तो काही वेगळाच होऊन...

'यस? काय मिळालं गिफ्ट?'

'सांगू?'

'बाय ऑल मीन्स!'

'मला मोठा कॅनव्हास आणि ब्रश, कलर्स, पेन्सिल्स...'

'वॉव!'

'शी इज ग्रेट. ऐकेचना. हट्ट धरून बसली. मी घेतलंच पाहिजे सर्व... घेतलं.'

आम्ही मग वाट बघत राहिलो. कॅनव्हासवरचं त्याचं पेंटिग बघण्याची, पण तसं झालं नाही. त्याची आई वारली. तो खचून गेला. आम्ही सगळेच त्याला सांभाळण्याचा प्रयत्न करत राहिलो. जमेल तितका काळ त्याच्याबरोबर राहत होतो. पुढे त्याने कॉलेज सोडलं. तरीही प्रत्येक जण आपापल्या सोयीनुसार त्याच्या घरी जात होतो.

कॉलेज संपलं आणि पंचम पांगले. मी आर्किटेक्ट झालो. विशाल मॉडर्न आर्टकडे गेला होता. त्याची पेंटिंग्ज हॉटेल्स, हॉस्पिटल्समध्ये लावलेली दिसायची. पंकज स्कल्प्चर्स करायचा. त्याच्या गणपती, बुद्धाच्या मूर्तींना खूप प्रसिद्धी मिळाली. अगदी भारताबाहेरही. रॉड्रिक्सने गिटारीवर वर्चस्व गाजवलं. अनेक म्युझिकल शोज, सिनेमांमध्ये तो गिटार वाजवताना दिसू लागला. पण सौमित्र काहीच होऊ शकला नाही. आम्ही सगळे आपापल्या कामात गर्क झालो. सौमित्र आठवणींच्या पडद्याआड गेला. क्वचित् उडत उडत काहीतरी कानांवर येत असे. पण तेवढंच. केव्हातरी एकदा घरी गेलो होतो तेव्हा त्याचा बाप खूप आजारी होता. भिंतीवरच्या काड्या मळल्या होत्या, त्यांत खरोखरच जळमटं अडकली होती. काही उखडल्याही होत्या. ते जखमी चित्र वेदना सहन करत करत तरीही भिंतीला धरून होतं.

पुढे मी जेव्हा सेटल झालो, एक चांगला आर्किटेक्ट म्हणून माझं नाव व्हायला लागलं. तेव्हा मी चित्राला प्रपोज केलं आणि तिनेही चार-पाच दिवसांनंतर होकार दिला. पंचममधून मी बाजी मारली आणि चित्रा माझी झाली. लग्नाचं आमंत्रण द्यायला गेलो सौमित्रला पण तो आला नाही. पुढे पार्टीलाही आला नाही. मग मात्र मी त्याला गाठलंच.

'तू आला नाहीस?'

'कुठे?'

'लग्नाला. त्यानंतर पार्टीला...'

'मी पार्ट्यांना जात नाही, तुला माहीत आहे.'

'ते इतरांच्या, पण माझ्याही पार्टीला...'

'पार्टी अटेंड केली की केव्हा ना केव्हा ती रिटर्नही करावी लागते आणि ते मला शक्य नाही...'

'कमॉन सौमित्र... मी कधी मागितली आहे का पार्टी?'

'नकोच ना पण... कॉलेजमध्ये असताना ठीक होतं. तेव्हा आपण सगळेच एका स्तरावर होतो. विद्यार्थी! पण आता तसं नाही. स्तर बदलले आहेत. तेव्हाची पार्टी आणि आत्ताची पार्टी ह्यात फरक आहे.'

'तो कसा काय? तेव्हाही तू मित्र होतास आणि आत्ताही तू मित्रच आहेस...'

'पण त्या मैत्रीत स्पर्धा झाली.'

'कुणी केली?'

'स्पष्ट बोलू?'

'अर्थातच.'

'चित्राने केली. माझं तिच्यावर प्रेम आहे.'

'काय?'

'अगदी पहिल्या दिवसापासून. तिलाही मी आवडत होतो. माझी कला, माझ्या कल्पना ह्यांवर ती जिवापाड प्रेम करायची. पण...'

'सांग. पण काय?'

'मी, माझी परिस्थिती, गरिबी, माझं घर... तिला ते सगळं भयानक वाटलं. तिला मी प्रपोजही केलं होतं. पण तिला मी हवा होतो, पण माझे आई-वडील, ते घर नको होतं.'

'ती तसं म्हणाली तुला?'

'स्पष्ट नाही पण आडूनआडून. मला इतक्यात कुणाच्यात गुंतायचं नाही असं म्हणाली. वेळ देऊ आपण एकमेकांना... पण नंतर वेळ निघून गेली. शेवटी कला,

कल्पकता-रसिकता हे सगळं बोगस आहे रे! माझा बाप कानीकपाळी ओरडायचा – चार पैसे कमव... कागद खराब करून आपल्यासारख्यांना काहीही मिळत नाही. ते श्रीमंतांचे चोचले आहेत. मी ऐकलं नाही. स्वत:त, रंगांत, चित्रात पूर्ण बुडून गेलो होतो. असू दे. जा तू. हॅव अ ग्रेट मॅरिड लाइफ! पैसा कमव खूप. त्याला गत्यंतर नाही. तोच हवा असतो सगळ्यांना.'

मी अवाक झालो. मला समजेना की चित्राशी मी लग्न केलं हे चूक की बरोबर. सौमित्रसारखा मित्र हरवला. दुरावला. पंकज, रॉड्रिक्स, विशाल – तिघांशी बोललो पण प्रत्येक जण म्हणाला. 'छोड ना यार!' आणि मी सोडून दिलं. आयुष्य धावायला लागलं. नामवंत, कल्पक आर्किटेक्ट अशी ख्याती होऊ लागली आणि मी धावतच राहिलो. चित्रा, मुलं, बंगला, गाड्या, आउटिंग, फॉरेन ट्रिप्स अँड व्हॉट नॉट? आणि मग एक अ‍ॅवॉर्ड! चित्राने मग जंगी पार्टी अ‍ॅरेंज केली. लिस्ट तयार झाली. त्यात पंचम नाहीत, असं होणं शक्यच नव्हतं. सर्वांनी येण्याचं कबूल केलं.

बऱ्याच म्हणजे अगदी बऱ्याच वर्षांनी चाळीपाशी आलो, पण तिथे चाळ नव्हती. रिडेव्हलपमेंटचं वारं मोठ्या प्रमाणावर वाहत होतं. चाळ भुईसपाट झाली होती आणि तिथे एका दिमाखदार इमारतीचं चित्र स्टँडवर लटकत होतं. मला बरं वाटलं. सौमित्र आता चांगल्या, मोठ्या घरात राहील पण त्याला शोधू कुठे? कुणालाच त्याची खबर नव्हती. त्याच्या चाळीच्या नाक्यावर एक बनियाचं दुकान होतं. आत्ताही आहे. गेलो तिथे. सौमित्रची चौकशी केली.

'ही चाळ पाडली. भाडेकरू कुठे गेले राहायला, काही माहीत आहे?'

'कोण?'

'सौमित्र...'

'हां–हां... नाही माहीत. एकटाच राहत होता. वडील गेले. माझा पैसा पण नाही दिला.'

'काय?'

'मग? ही बघा उधारी. अजून पण काही जणांची उधारी बाकी आहे. ते केमिस्टचं दुकान आहे ना... वडिलांसाठी दवा घेऊन जायचा... पण पैसा नाही दिला.'

'असं? कधी गेले वडील?'

'झाला आता दोन वरीस.'

'आणि सौमित्र?'

'काय की? काय करायचा, कुठे जायचा, काही माहीत नाही. उधारी वाढली

तसं धान्य देणं बंद केलं. फसलो की हो. न् आता बिल्डिंग पण नाही...'

'पत्ता...?'

'मालूम असता तर मीच गेला असता पैसा वसुलीला.'

'किती आहे रक्कम?'

'सहा हजार तीनशे.'

'घ्या.'

'तुम्ही?'

'मित्र त्याचा.'

'मग त्या दवाचेबी द्या.'

'देतो.'

उदास झालो. खिन्न झालो. ह्या मधल्या काळात मी कसं काय विसरलो त्याला? यशाची नशा इतकं स्वार्थी बनवते? सौमित्रने एकदाही काँटॅक्ट केलं नाही आपल्याला. आपल्याला नाही तर निदान इतरांना तरी? सौमित्र येत असेल का कधी ह्या चाळीपाशी? उजाड जमिनीवर?

'माझं एक काम कराल?'

'आता तुम्ही उधारी चुकवलीत. मला वाटलं होतं बुडाले पैसे...'

'हं. सांगा.'

'हे माझं कार्ड ठेवा. चुकून कधी सौमित्र आलाच तर त्याला द्या. मला भेटायला सांगा.'

'सांगतो.'

मी निघालो. त्या वस्तीत माझी मर्सिडीज ऑड मॅन आउट होती. त्या वस्तीचं एक चित्र होतं. त्या चित्रात सायकल, स्कूटर, एखादी रिक्षा, फार फार तर एखादी लहान गाडी. पण माझी गाडी त्या चित्राची हार्मनी बिघडवत होती. दहादा रिव्हर्स, फर्स्ट गिअर असं करत करत मर्सिडीज वळली आणि मी त्या चित्रातून बाहेर पडलो.

सिग्नल! मनालाही सिग्नल लागला होता. ते थांबलं होतं सौमित्रपाशी. चित्राने जर त्याच्याशी लग्न केलं असतं तर त्याचं आयुष्य कसं असतं? आणि चित्राचं? तिने पैसा बघून माझ्याशी लग्न केलं हा सौमित्रचा आरोप होता. खरंच तसं होतं का? मी तरी काय. आज इतक्या वर्षांनंतर ह्या प्रश्नात का अडकतोय? कशासाठी? उत्तर जरी 'हो' असं मिळालं तरी त्या उत्तराने आजच्या परिस्थितीत काय फरक पडणार आहे?

आणि जेव्हा माझं लक्ष सहज पलीकडे गेलं तेव्हा मी दचकलो. तो, तो सौमित्र होता. वयापेक्षा जास्त मोठा. म्हातारा दिसणारा. आत्ताही तो काड्याच गोळा करत होता का? बहुधा हो. त्याला गाठायलाच हवं. मी हॉर्न देत राहिलो. मला यू टर्न घ्यायचा होता – कसातरी – कसातरी घेतला. गाडी पार्क केली. उतरलो. गाडी लॉक केली आणि शोधू लागलो. सौमित्र... कुठे गेला? इथेच होता आत्ता... ही गल्ली? त्या गल्लीत? सौमित्र...

'हॅलो'
'बोल.'
'अरे कुठे आहेस?'
'चित्रा, येतोय मी. ऑन द वे...'
'लवकर ये.'

संपूर्ण आठवडा मी त्या रस्त्यावरून ये-जा केली मुद्दामहून. कुठेतरी सौमित्र दिसेल. काड्या गोळा करताना. मी त्याला भेटेन. घरी घेऊन येईन. खूप गप्पा मारेन... पण नाही दिसला तो. पुन्हा एकदा हरवला. हातातून निसटला.

पार्टीचा दिवस. सकाळपासून धावपळ, गडबड, पाहुणे, फोन... आईने ओवाळलं. सर्वांची दृष्ट काढली. संध्याकाळची तयारी. चित्रा सुंदर दिसत होती. दोन मुलांची आई? छे! आत्ताच कॉलेजमधून पास आउट झाल्यासारखी. जितका मी तिच्याकडे बघत होतो – तितकी ती वेगळी वाटत होती. नवीन. प्रथमच भेटल्यासारखी.

बँक्वेट फुलांनी दरवळला होता. पंचम नाही पण चौकड जमली. ड्रिंक्स, मंद संगीत, हास्यविनोद, अभिनंदन आणि गिफ्ट्सचा वर्षाव!
'सर, आर यू मिस्टर आदित्य?'
'येस...'
'हॅलो, हिअर इज वन गिफ्ट फॉर यू.'
'थँक्स. मे आय नो फ्रॉम हुम इज धिस?'
'सॉरी सर, आय डोंट नो! प्लीज ओपन... यू मे गेट सेंडर्स नेम.'
'ओ, येस.'
सगळेच उत्सुकतेने एकत्र आले. ते एक पेंटिंग होतं हे रॅपरच्या आकारावरून समजत होतं. मी रॅपर काढू लागलो.
'मे आय सर?'

'प्लीज. थँक यू.'

मी समोर जाऊन उभा राहिलो. पेंटिंगवरचं रॅपर हळूहळू वेगळं होऊ लागलं. संपूर्ण चित्र दिसलं. मी हबकलो. मी चित्राकडे बघितलं. तीही डोळे फाडफाडून पेंटिंग बघत होती. रॉड्रिक्स, पंकज, विशाल – सगळेच... मला घाम फुटला.

'ब्रशने पेंटिंग सगळेच करतात, त्यात काही कठीण नाही. मी पेंटिंगच करणार, पण माझी पद्धत वेगळी असेल...'

सौमित्र!

सौमित्रचं घर – तेच घर – जे आता भुईसपाट झालंय. तोच मोडका पलंग. ज्यावर त्याचा बाप सतत बसलेला असायचा. त्या पलंगाच्या मागच्या भिंतीवर सौमित्रने काड्यांनी चितारलेलं उखडलं गेलेलं चित्र... तोच मोठ्ठा कॅनव्हास जो चित्राने त्याला गिफ्ट केला होता. त्या कॅनव्हासवर अवतरलंय हे सर्व काड्यांनीच. जसंच्या तसं. फरक – फरक एकच आहे. त्या मोडक्या पलंगावर सौमित्रचा बाप नाही आहे. तिथे आहे सौमित्र आणि... आणि चित्रा!

'मी मोडून पडलोय – एखाद्या काडीसारखा...'

'वेताळा... वेताळा...'

'राजा... मी निघतो. मी जातोय राजा... मी जातोय...'

आयोजन

'राजा विक्रमादित्या, आज कष्टी दिसतो आहेस.'

'नाही वेताळा. आम्ही ठीक आहोत.'

'असत्य! संपूर्णत: असत्य.'

'आता तुझ्यापासून काय लपवायचं?'

'तेच मी म्हणतोय. आपली मैत्री ही युगानयुगांची!'

'सत्य आहे. पण वेताळा, जी गोष्ट सुरू होते ती कधी ना कधी संपतेच ना!'

'पण हा कालावधी एक त्या परमात्म्याव्यतिरिक्त कुणास ज्ञात?'

'जाणतो ते आम्ही. आम्ही हेही जाणतो की, अशाश्वत जीवन आम्ही जगत आहोत.'

'तरीही सुखी आहेस. असं म्हणतात की, जन्माबरोबरच मृत्यूचाही जन्म होतो. जन्म आणि मृत्यू एकत्र वाढतात, मोठे होतात, मग समयानुसार मृत्यू जन्माचा हात सोडून देतो, त्याला मागे सारतो आणि स्वत:चं सत्य अस्तित्व प्रस्थापित करतो.'

'हं!'

'राजा, तू भाग्यवान! तुझ्या जीवनाशी, तुझ्या हरएक क्षणाशी मृत्यू तुझ्याशी प्रामाणिक आहे. माझं बघ! मृत्यू येऊनही मी असं तिसऱ्याच विश्वातलं आयुष्य कंठित आहे. ना मी मृत, ना मी जीवित.'

'कष्टी होऊ नकोस वेताळा. आम्ही मघाच सांगितलं की, प्रत्येक सुरू होणारी गोष्ट कधी ना कधी संपुष्टात येतेच. धीर धर. आमची मैत्री सदैव तुझ्या पाठीशी आहे.'

'हो ना? मग त्या मैत्रीला स्मरून सांग, आज कष्टी का?'

'ईचीमा आठवली.'

'ईचीमा?'

'हो. आमच्या मातोश्रींची खास दासी. जिने आमची सेवा केली. लालन-पालन केलं. आज तिचा स्मृतिदिन.'

'अरेरे! परमात्मा तिच्या आत्म्यास शांती देवो!'

'ईचीमा राजवाड्यातच असायची. अतिशय दारुण कहाणी आहे तिची.'

'सांग राजा. मन मोकळं कर. बरं वाटेल.'

'ईचीमाचा विवाह लहानपणीच झाला होता. खाऊन-पिऊन सुखी असं तिचं सासर होतं. नवरा स्वभावाला चांगला, शरीरानेही धष्टपुष्ट! ईचीमा नाजूकशी, गोरी, सुंदर.'

'एक शंका राजा, ती विचारू?'

'अवश्य!'

'हे तुला कसं माहीत?'

'काय?'

'ईचीमाचा नवरा कसा होता ते?'

'मातोश्री सांगायच्या ना!'

'अस्सं! पुढे?'

'ईचीमाच्या नवऱ्याची – दिनाची शेती होती. फार नाही, पण तो धरतीमायचा तुकडा ह्या कुटुंबाला पोसण्यासाठी पुरेसा होता. वर्षं सरत होती. दोघं शेतात कष्ट घेत होते. सोनं पिकवत होते. ईचीमाला तसं काही कमी नव्हतं. ईचीमा आणि दिना ज्या शेतात राबत ती जमीन आमच्या मालकीची म्हणून वर्षाकाठी दोघं राजवाड्यावर येत. मातोश्री एक नियम म्हणून सारा घेत, पण बदल्यात त्यांना दोन दिवस वाड्यात ठेवून घेत. सुग्रास अन्न खायला घालत. कपडालत्ता आणि वर दक्षिणा देत असत. मगच त्यांचा निरोप घेत असत.'

'दक्षिणा? ती तर ब्राह्मणांना देतात.'

'दक्षिणा ह्याचा अर्थ वेताळा तुला ज्ञात नाही.'

'सांग.'

'कुणी कुणाला काही देतं, मदत करतं तर ती भीक होते. देणाऱ्याला त्याचा गर्व वाटू लागतो. देणारा स्वत:स उच्च पातळीवरचा समजू लागतो आणि घेणाऱ्याची पातळी निम्नतम होते. हा अहंकार झाला. अहंकार भल्या भल्यांचा ऱ्हास करतो. असं होऊ नये म्हणून आपल्या हिंदू शास्त्रात सांगितलं आहे की, देणाऱ्यापेक्षा घेणारा मोठा असतो. कारण देणाऱ्याने जरी देऊ केलं तरी जर घेणाऱ्याने ते नाकारलं तर? त्यामुळे घेणाऱ्याने त्याचा स्वीकार केला यासाठी देणारा त्याला दक्षिणेच्या स्वरूपात धन्यवाद देतो. मातोश्री हेच करत.'

सर्व सुरळीत चालू होतं. पण सरकारने रस्ता-रुंदीकरण ही मोहीम हाती घेतली. राज्याचा विकास करायचा होता. त्यासाठी सर्वांनी सहकार्य करायलाच हवं होतं आणि ह्या रस्ता-रुंदीकरणाच्या नकाशात ईचीमाची जमीन गडप होत होती.

'पण ही जमीन तर तुझी होती ना?'

'हो. पण मध्ये कुळकायदा आला. कसेल त्याची जमीन झाली. दिना आणि ईचीमा हे तसे ह्या कायद्यानुसार त्या जमिनीचे मालकच! पण त्यांनी कधीही

मालकीहक्क गाजवला नाही. तर ही जमीन शेवटी डांबराखाली अदृश्य झाली. सोन्यासारखं पीक देणारी धरणी काळ्या रंगाने माखून गेली. ह्या जमिनीच्या बदल्यात सरकारने जो जमिनीचा तुकडा दिना-ईचीमासमोर फेकला तो अगदी खडकाळ, नापीक होता!'

'अरेरे! पण त्यांनी तो घ्यायला नको होता. विरोध करायचा होता.'

'गरजवंताला अक्कल नसते वेताळा. पण त्या जमिनीवर गुजराण होणं शक्य नव्हतं. त्यातच ईचीमाला दिवस गेले आणि काळाने तिच्यावर घाव घातला.'

'अचानक? असं काय झालं?'

'रस्ता-रुंदीकरणाच्या कामी दिना मजूर म्हणून जाऊ लागला. दिवसभर धगधगत्या, उकळणाऱ्या डांबराचा दुर्गंध, खडी, सिमेंटचा दूषित श्वासोच्छ्वास. दिना कमजोर होऊ लागला. एक दिवस खडी टाकून झाल्यावर उकळतं डांबर झारीने त्या खडीवर तो टाकत होता आणि त्याला भोवळ आली. तो अचानक त्या खडीवरच पडला. भोवळ येणंही स्वाभाविक! ऐन वैशाख चालू. रणरणतं उन्ह, आणि खालून डांबराची धग, घशाला सतत पडणारी कोरड! हिरव्या मखमलीसारख्या शेतात, स्वच्छ-शुद्ध हवेत, डोलणाऱ्या पिकात आयुष्य घालवलेल्या दिनाला हा रखरखाट सहन झाला नाही, तो भोवळ येऊन पडला आणि उतारावरून रस्ता-खडी-डांबर दाबत दाबत तयार करणारा रोलर दिनावरून...'

'बास! राजा, पुरे! वेताळ असूनही, भूत असूनही नाही ऐकवत मला. भुतालादेखील काळीज असतं रे!'

'पुढे मातोश्रींनी गर्भार ईचीमाला राजवाड्यात आणलं. आम्ही तेव्हा असू दोन-अडीच वर्षांचे. ईचीमाने एका नक्षत्रासारख्या मुलीला जन्म दिला. नक्षत्रासारखी सुरेख म्हणून मातोश्रींनी तिचं नावच नक्षत्रा ठेवलं. काळ सरत होता, हळूहळू नक्षत्रा मोठी होत होती. ती वर्ष-दीड वर्षांची असेल तेव्हा एक गोष्ट लक्षात आली की ती डावरी होती. काहीही देऊ केलं तर तिचा डावा हात पुढे होई. ती लहान होती, नकळतं वय होतं म्हणून ह्या डावखुऱ्याला नजरेआड केलं गेलं. पण पुढे पुढे तिचं डावखुरेपण प्रकर्षाने जाणवू लागलं '

'त्यात इतकं गैर काय?'

'गैर काहीही नाही, पण ते अनपढ ईचीमाला समजायला हवं ना! ती सतत तिला तिच्या ह्या सवयीवरून टोकायची. मातोश्री तिची समजून घालत, कधी रागावत, तेवढ्यापुरती ईचीमा ऐकायची. पण पुन्हा काही दिवसांनी तेच.

आणि एक असाच दिवस. नक्षत्रा असेल पाच-सहा वर्षांची. ती एकटीच जेवत होती.

ईचीमा मातोश्रींसाठी दूध तयार करत होती. दूध देऊन ईचीमा खोलीत गेली

आणि तिने नक्षत्राला डाव्या हाताने जेवताना बघितलं आणि तिला ह्या गोष्टीचा इतका संताप आला की, काहीही विचार न करता ती नक्षत्राला मारू लागली. आम्ही धावत गेलो तिच्या रडण्याच्या आवाजाने. ईचीमा तिच्या डाव्या हातावर मारतच होती. तोंडाने बडबड चालू होती – 'जेवताना उलटा हात वापरे, त्याला नशिबाचे खापरे! जेवशील उलट्या हाताने? काही रीत? किती वेळा सांगायचं तुला की उलटा हात निदान खाताना वापरू नकोस...' चालूच राहिलं. शेवटी मातोश्री मध्ये पडल्या. तेव्हा नक्षत्राची सुटका झाली. आम्ही भेदरलो होतो. चांगलंच आठवतंय आम्हाला.'

'मग काय झालं?'

'मातोश्रींनी नक्षत्राला जवळ घेतलं. तिचे डोळे पुसले आणि तिला आपल्या दालनात घेऊन गेल्या. उशिराने ईचीमाही गेली. मातोश्रींच्या पाया पडली. चुकले म्हणाली. मग पुढे सांगू लागली, 'बाई, मी तरी काय करू? हा निखारा आहे माझ्या पदरात. तुमचा आश्रय मिळालाय म्हणून ह्या निखाऱ्याची धग लागली नाहीये. पण आमच्या बिरादरीत काही नियम आहेत. मुलीला कसल्या सवयी आहेत ह्याची छाननी होते. ही डावरीच राहिली तर आमच्यात हे खपवून घेणार नाहीत. कोण लग्न करेल मग तिच्याशी? तुमची छत्रछाया आहे, पण उद्याचं कुणी बघितलंय? आज जिवंत उठल्ये सकाळी तर आजचा दिवस माझा. निजताना जिवंत असले तर रात्र माझी. नाही तर दिनासारख्या लोखंडी कांबेसारख्या ताकदीच्या माणसाला असं मरण आलं असतं? इतकं सहजी? नाही बाई! काहीही भरवसा नाही. कसं समजवू हिला?'

मातोश्री म्हणाल्या, 'काळजी करू नकोस. सर्व काही व्यवस्थित होईल. पण पुन्हा तिच्यावर हात उगारायचा नाही.'

'ईचीमाने ऐकलं?'

'हो. ऐकलं. नक्षत्रा मोठी होत होती. मातोश्रींनी तिला शाळेत घातलं होतं. अभ्यासात हुशार होती.'

'राजा, पण ती डावखुरीच राहिली का?'

'हो. काही काही देणग्या जन्मजातच मिळतात.'

'वा राजा! ज्या सवयीमुळे तिने इतका मार खाल्ला, बोलणी खाल्ली, त्या सवयीला तू देणगी म्हणतोस?'

'हो. त्यालाही कारण आहे. नक्षत्रा खेळातही अव्वल होती. ती इतकी वेगाने धावायची की तिला मागे टाकणं कुणालाही शक्य व्हायचं नाही. शाळा-शाळांमधल्या स्पर्धा असोत की गावागावांतल्या – धावण्याच्या शर्यतीत हिचा पहिला नंबर ठरलेला. राज्यस्तरीय स्पर्धेसाठी नक्षत्राची निवड होणं स्वाभाविक होतं आणि नक्षत्रा जिंकली. तिचं किती कौतुक, सत्कार झाले. ईचीमा भरून पावली. मातोश्रींनी तिला

हिऱ्याचा हार दिला. साडी दिली आणि नायकीचे शूजही.'

'वा! धन्य त्या मातोश्री!'

'आम्ही मोठे होत होतो. बालवयापासून एकत्र खेळत होतो. नंतर तारुण्यात पदार्पण झालं. तरी आमच्या मैत्रीला कुणी गैर मानलं नाही.'

'हे विशेष!'

'नक्षत्रा आता कॉलेजमध्ये जाऊ लागली होती. तिथेही ती तिच्या हुशारीमुळे, खेळामुळे आणि सौंदर्यामुळे सर्वांच्या आवडीची झाली. खेळात कॉलेजचं नाव झगमगू लागलं ते तिच्यामुळे. असंच एक एक वर्ष व्यतीत होत होतं.'

'पण राजा, हे सर्व झालं नक्षत्राच्या गुणांचं. पण तिची ती सवय? सवय म्हणण्यापेक्षा तिचं जन्मत: डावरं असणं, त्याचं काय?'

'तसं ते काळानुसार मागे पडलं. क्वचित ईचीमा राग राग करायची, पण नंतर नंतर मोठ्यांदी न बोलता आपली स्वत:शीच पुटपुटत राहायची. नक्षत्रा आणि आम्ही सगळेच तिच्या ह्या पुटपुटण्याकडे दुर्लक्ष करायला शिकलो होतो.'

'राजा, त्याचं काय आहे की, काही काही रिवाज, गोष्टी पूर्वापार चालत आल्या आहेत. जे विचारांनी प्रगत झाले, ते हे रिवाज काही प्रमाणात शिथिल करू शकले. पण ज्यांच्या वैचारिक कक्षा रुंदावल्या नाहीत ते हे रिवाज अगदी घट्ट धरून बसतात. आपण त्यांना दोष देता कामा नये.'

'म्हणजे?'

'म्हणजे असं की – हं – आता देवांची स्थापना ही पूर्व-पश्चिमच हवी. आता मला सांग राजा की देव जर सर्वत्र आहे, प्रत्येक दिशेला, प्रत्येक वस्तूत, ह्या चराचरात तर ही अट का?'

'आम्हाला माहीत नाही ह्याचं उत्तर.'

'मलाही माहीत नाही, पण आपण पाळतो, गृहप्रवेश करताना उजवं पाऊल प्रथम वास्तूत टाकायचं आपण पाळतो, दान देताना उजव्याच हाताने द्यायचं, घेतानाही उजवा हातच वापरायचा, हेही पाळतो. हे रिवाज आहेत. आता मला सांग, शरीराच्या दोन्ही बाजू आपल्याच तरीही हा भेद आपण करतो. भेदभाव करायला आपली संस्कृती, आपले रिवाज आपल्याला नकळत्या वयापासून शिकवतात. मग पुढे मोठं झाल्यावर आपणच आपल्या दोन मुलांत भेदभाव करतो, मग शेजाऱ्यांशी, मग शहरांमध्ये आणि मग राष्ट्राशी, अन्य जातींशी! आणि तोंडाने अट्टहासाने म्हटलं जातं. 'हम सब भाईभाई!'

'वेताळा?'

'अशाच एका भाई भाई म्हणणाऱ्याने माझा गळा कापला रे! मला बदनाम केलं. चूक नसतानाही खोट्या आरोपामुळे मला शिक्षा झाली. फासावर लटकवलं.

म्हणून तर मी अतृप्त राहिलो. मला मुक्ती मिळाली नाही. मिळू शकतही नाही, कारण माझी इच्छा कधीच पूर्ण होणं शक्य नाही.'

'खरंच, वेताळा आज आम्ही म्हणतो की, आपली एवढी प्राचीन मैत्री, पण आम्हाला तुझ्या जीवनाचं आणि मृत्यूचं रहस्य ठाऊक नाही. आम्ही तुला भेटत आलो, तू एक एक घटना सांगत गेलास, आम्हाला आमचं मौन तोडण्यास तू भाग पाडत आलास आणि आता अशी परिस्थिती आहे की आपण मित्र झालो! आपण संवाद साधू लागलो आणि आज तर चक्क आम्ही तुम्हाला एक सत्यकहाणी सांगत आहोत.'

'होय राजा. पण आता त्या जुन्या क्लेशकारक आठवणी नकोत. मला सांगायचं होतं ते इतकंच की मूल जन्मतं, तेव्हा ते कोरं करकरीत असतं. तुझ्या नक्षत्राप्रमाणे. त्या कोऱ्या मनावर पहिला ओरखडा काढला गेला तो भेदभावाचा! उजवा हात पवित्र आणि डावा हात अपवित्र! तिच्याच दोन हातांमधला एक चांगला एक वाईट! असं का?'

'खरं आहे वेताळा! पण पुन्हा आमचं उत्तर तेच – आम्ही अनभिज्ञ आहोत!'

'बरं, पुढे काय झालं?'

'नक्षत्रा एका स्पर्धेत धावत होती. जीव तोडून धावत होती. तिला तिचंच आधीचं रेकॉर्ड मोडायचं होतं. धावत्ये, धावत्ये. शेवट अगदी जवळ आलाय. बाकीचे प्रतिस्पर्धी कुठल्या कुठे मागे राहिलेत. बस्. अजून एखादं मिनिट आणि शेवट दाखवणाऱ्या रिबिनीचा स्पर्श! तेवढ्यात काहीतरी झालं, नक्षत्रा धाडकन पडली, जोरात ओरडली, कळवळली, कशीतरी महाप्रयासाने उठली, तिरकी पळत राहिली. एक हात दुसऱ्या हाताने घट्ट धरलेला, ओठ दातांखाली घट्ट आवळलेला, कॅमेरा सर्व स्पष्ट दाखवत होता. तिने विजयी रिबिनीला स्पर्श केला आणि तिथेच आडवी झाली.'

'मैदानातून तिला सरळ हॉस्पिटलमध्ये नेण्यात आलं. उजवा खांदा, हात जबर दुखावला गेला होता. पायात अचानक लचक भरल्याने ती पडली ती उजव्या बाजूला. खांदा निखळला, हात फ्रॅक्चर झालेला तीन ठिकाणी.'

'मग?'

'मग काय? किती एक्स-रेज, स्कॅनिंग चालूच राहिलं सगळं. ऑपरेशन झालं पण ते चुकीचं. मग पुन्हा ऑपरेशन, पुन्हा ऑपरेशन आणि आता? आता तिचा उजवा हात कायमचा अपंग झालाय.'

'राजा, काय सांगतोस?'

'हो. नक्षत्रासारख्या मुलीला हे अपंगत्व! ईचीमा हा धक्का सहन करू शकली

नाही. तिला धक्काच बसला. आपल्या ह्या पोरीचं आयुष्य कसं जाणार आता? कोण तिचा सांभाळ करणार? कोण लग्न करणार? ईचीमा खंगत गेली. मनाने संपूर्णत: खचली. आम्ही आणि मातोश्रींनी तिला धीर द्यायचा खूप प्रयत्न केला, परंतु शेवटी ती आई तिची! ईचीमाने अंथरूण धरलं. नक्षत्रा तिची सेवा करायची, डाव्या हाताने. तो डावा हात बघितला की, ईचीमाच्या डोळ्यांतून अश्रू वाहू लागत. उजवा लुळा हात बघितला की, तिला हुंदक्यांवर हुंदके येत. नक्षत्रा तिला समजावत राही. सतत सांगे, 'मां, तू वाईट वाटून घेऊ नकोस. हे बघ, मी सर्व कामं करू शकते. उजवा हात नाही म्हणून माझं काहीही अडणार नाही. मला आता नोकरीही मिळणार आहे. तू बरी हो.' ईचीमा भरलेल्या डोळ्यांनी तिच्याकडे पाहत राही. तिच्या डाव्या हाताचे मुके घेत राही. एकदा ती म्हणाली, 'नक्षत्रा, मला क्षमा कर. ह्या डाव्या हातामुळे तू माझ्याकडून खूप मार खाल्लास. तुझ्या ह्या सवयीला मोडता घालण्यासाठी मी तुला सतत रागावत आले. तू इतकुशी होतीस, तेव्हा एकदा डाव्या हाताने जेवताना तुला मी बघितलं आणि तुझ्या ह्याच डाव्या हाताला मी किती मारलं. आणि आज? हीच जर तू डावखुरी नसतीस तर तुझं काय झालं असतं?'

'मग, नक्षत्रा काय म्हणाली!'

'ती म्हणाली, अग मां, मग मी शिकले असते डाव्या हाताने काम करायला. हां, वेळ लागला असता. कदाचित मनाने खचले असते. अपंगत्व आत्ताच्यापेक्षा जास्त प्रकर्षाने जाणवलं असतं. आता जी, जशी तू खचल्येस, तसं माझं झालं असतं. पण माझ्या दैनंदिन जीवनात फार बदल झाला नाहीये म्हणून मी मनाने उभी आहे. आणि तरीही आपला एक अवयव निकामी आहे, हे शल्य अधून-मधून वाटतंच. पण त्याची तीव्रता कमी आहे. तू माझी काळजी खरंच करू नकोस. तू बरी हो. आणि मां, अजून एक सांगू? त्या परमेश्वराला माझी निश्चितच काळजी होती. पुढे माझ्या आयुष्यात असा प्रसंग येणार आहे हे त्याला माहीत होतं. त्या वेळी माझं काही अडू नये हीही काळजी त्यानेच घेतली आणि म्हणूनच मला जन्मत: डावरी बनवलं त्याने. फक्त ते तुला माहीत नव्हतं, म्हणून तू माझ्या ह्या डावखुरेपणाचा राग करायचीस, मला मारायचीस, पण त्या परमेश्वराने माझी काळजी घेतली. हे सर्व त्याने ठरवलेलं होतं. तू त्याचे आभार मान!'

'काय म्हणावं नक्षत्राला? धन्य तिची!'

'वेताळा, तुला हे ऐकून असं वाटलं आम्ही तर प्रत्यक्ष बघितलं, साक्षी आहोत. पण ईचीमाने धीर सोडला तो सोडलाच. ती म्हणाली, 'राजा माझ्या! मला त्या जादुगाराची माहिती नव्हती. अनवधनाने मी तुझ्यावर अत्याचार केले. तुझी क्षमा मागते आणि त्याचीही! त्याला धन्यवाद देते, त्याच्याचकडे जाऊन.'

'ईचीमा गेल्याच वर्षी ह्याच दिवशी त्या जादुगाराकडे कायमची गेली.'

'अस्सं! राजा, तुझं कष्टी असणं मी समजू शकतो. पण विधाता सर्वच ठरवत असतो. माझं भूत होऊन जगणं, नक्षत्राचं डावरं असणं, तुझं हे मला असं भेटणं. पूर्वी तुझ्या जवळ मी विचारलेल्या कथांना, प्रश्नांना उत्तरं असायची, आता तर तूही दिङ्मूढ होऊन जातोस – तेव्हा तुझं असं होणं – शांत हो – आनंदी हो – '

'खरं आहे. जातो आम्ही – '

'येतो म्हणावं राजा!'

'हो. येतो आम्ही. ईचीमाला फुलं वाहायची आहेत. नक्षत्राने तिच्या डाव्या हाताने सुरेखसा हार तयार केला असेल... येतो – '

कष्टी राजा विक्रमादित्याकडे बघत बघत वेताळ आपणहूनच झाडावर जाऊन लटकला. अचेतन प्रेताकडे बघता बघता त्याला वाटलं ह्या प्रेताचं हे असं माझ्यासाठी घर बनून राहणं हेही त्या विधात्याचं आयोजन आहे का?

मानवांची मानगूट

'आज आपण गप्पा नाही मारणार आहोत. राजा, आज मी एका वेगळ्याच विचारात आहे.'

'सांग वेताळा.'

'राजा विक्रमादित्या!'

'ओऽऽ!'

'चल, मला आज त्या स्मशानवाटेवर तुझ्या सोबतीने प्रवास करावासा वाटतोय.'

'का?'

'सहजच. पण वाटतंय खरं.'

'नको.'

'राजा, तू शूर आहेस, ह्या घट्ट काळोखातल्या जंगलातून, निर्मनुष्य स्मशान वाटेवरून न घाबरता, विचलित न होता तू मला अनेक वेळा घेऊन गेला आहेस. मग आज नाही का म्हणतो आहेस?'

'वेताळा, तुझ्या मैत्रीची आता सवय झाल्ये.'

'प्रत्येक सुरू होणारी गोष्ट – बरं तसं नको म्हणू या. असं म्हणू या की, मैत्रीचा हट्ट! ने मला.'

'जशी तुझी इच्छा! पण वेताळा तुला माहीत आहे की तुझी गोष्ट संपेपर्यंत जर मी स्मशानापर्यंत पोहोचलो तर...'

'तर मला नवं घर शोधावं लागेल, हे प्रेत जळेल.'

'आणि आजकाल प्रेतं मिळणं कठीण आहे.'

'जाणतो ते मी. चल. सत्यकथा तुला ऐकवायची आहे.'

आणि राजा विक्रमादित्य प्रेतातल्या वेताळाला खांद्यावर घेऊन स्मशानवाट चालू लागला.

वेताळाने सत्यकथा सांगण्यास प्रांरभ केला.

'असं कधी आपल्या आयुष्यात झालं तर?'

लोचनाच्या ह्या प्रश्नावर ललत चिडला. खरंतर आज दोघांचाही मूड अगदी झकास होता. एकमेकांनी एकमेकांना गेल्या वर्षी ह्याच दिवशी पसंत केलं होतं.

लोचना ललतच्या कॉलेजमधली. गेल्या वर्षीच्या 'न्यू कमर्स'मधली आणि ललत तिला सीनिअर. कॉलेज सुरू झाल्यापासून ललतने लोचनाला अक्षरश: दोन महिन्यांत पटवली होती.

हँडसम ललत. ऑल राउंडर ललत. अनेक मुली त्याच्यावर फिदा! असं असूनही सुंदर, पण साधी लोचना ललतला आवडून गेली आणि त्याने तिला कुठलेही आढेवेढे न घेता सरळ-सरळ रोज डेला प्रपोज केलं होतं.

'लोचना, मी ललत, ललत पुरंदरे.'

'हो. मला माहीत आहे.'

'गुड. म्हणजे माझी वेगळी अशी ओळख करून द्यायला नको.'

'बोल.'

'आज रोज डे आहे.'

'हो.'

'तू माझ्यासाठी गुलाब आणला नाहीस?'

'म्हणजे – तशी प्रत्यक्ष मी तुला कुठे ओळखते?'

'मग, आता ओळख!'

'काय – ओळखू?'

'माझ्यासाठी गुलाब?'

'हे जरा जास्तच होतंय.'

'असेलही, पण मला तुझ्याकडून गुलाब हवा.'

'ह्यातलाच घे ना – तुला आवडेल तो घे.'

'हे गुलाब तर तुला दिलेत – तुझ्या फ्रेंड्सनी – नि त्यातही ही सर्व पिवळी फुलं आहेत. मला लाल गुलाब हवा.'

'हे बघ, ललत.'

'बघतोच आहे.'

'हे. म्हणजे, माझी वाट सोड. मला जायचंय.'

'चल, मीही येतो. गेटपाशी गुलाबाची फुलं विकणारा टोपली घेऊन बसला आहे. हां. असंच करू तू त्याच्याकडून गुलाब म्हणजे रेड रोज घे नि तिथेच मला दे.'

'ही काय जबरदस्ती?'

'हे फूल. रेड रोज मी तुला देण्यासाठी आणलं आहे.'

'पण मला नकोय.'

‘ते मी तुला विचारलं नाहीये. हवं की नको म्हणून? मी तुला ते देतोय. घे.’

हा सुखसंवाद होईपर्यंत आजूबाजूला मुला-मुलींचा थवा त्यांच्याभोवती जमला होता. आधी धिम्या आवाजात आणि हळूहळू तोच आवाज मोठा-मोठा होत गेला– ‘हुर्यो..., बक अप, ले – लेना यार, वॉव!’ वगैरे. लोचना भांबावली होती, पण तिला कुठेतरी आनंदही होत होता. ललतच्या चेहऱ्यावरचा मिश्कील, हसरा, पण खरा भाव – त्याचे हलके कुरळे केस, त्याने वापरलेल्या परफ्यूमचा सुगंध आणि हसताना दिसणारे – कुठल्याही टूथपेस्टच्या जाहिरातीला मागे सारतील असे पांढरेशुभ्र एकसारखे दात! नकळत तिचा हात पुढे झाला आणि त्या हातात रेड रोज दिलं गेलं होतं. अभावितपणे दोघं गेटपाशी जाऊ लागली होती न् मुलामुलींचा थवा दुभंगून त्यांना वाट करून देत होता. काही क्षणांतच लोचनाने दिलेला रेड रोज ललतच्या हातात आला.

वर्ष अक्षरश: पंख लावून उडून गेलं भुर्रकन्!

आणि आज, संपूर्ण दिवस दोघांनी एकत्र राहायचं. मजा करायची. वाढदिवस सेलिब्रेट करायचा.

लोचना आज पहाटेच उठली. तासाभरात तिने स्वत:चं सर्व आवरलं. ललतने आजच्या दिवसासाठी म्हणून कालच तिला पंजाबी ड्रेस गिफ्ट दिला होता. तो तिने परिधान केला. आरशात स्वत:चं प्रतिबिंब बघताना ती फुलून आली. ललतचा चॉइस मस्तच होता. तिला ते नव्याने जाणवलं. हलकासा मेकअप करून ती आईवडिलांना सांगून बाहेर पडली. सिद्धिविनायक मंदिरापाशी भेटायचं हे त्यांचं कालच ठरलं होतं.

ललतला आधीच तिथे आलेला बघून लोचनाला आनंद झाला. तो त्याच्या नेहमीच्या बाइकवर, नेहमीच्या स्टाइलने – म्हणजे एक पाय जमिनीवर आणि एक फूट रेस्टवर! तिरका! त्याने लोचनाने दिलेला फुल स्लीव्ह्जचा आकाशी रंगाचा शर्ट घातला होता. लोचनाला आवडतात तशा दोन्ही स्लीव्ह्ज कोपरापर्यंत फोल्ड केल्या होत्या.

‘ललत जास्तच स्मार्ट दिसतोय आज!’ तिला वाटलं. बाइक पार्क करून दोघांनी सिद्धिविनायकाचं दर्शन घेतलं.

आणि बाइकने स्पीड घेतला. नरिमन पॉइंट– ‘कामत्‌स’मध्ये ब्रेकफास्ट – इडली खायची – गरमा-गरम!

नुसता स्पीड आणि बाइकची झिग-झॅग् वळणं – लोचनाने ललतला घट्ट मिठी मारली होती.

ब्रेकफास्ट झाला, आता नरिमन पॉइंटच्या टोकावर!

'इथे बसू या?'

'नको. माझा ड्रेस खराब होईल.'

'काही खराब होत नाही. आणि झाला तर झाला. अजून एक घेऊ.'

'नको. अजून नवीन नको. मी बसते.'

'का गं? अजून का नको?'

'हा ड्रेस घरी आईबाबांनी बघितला आणि शंभर प्रश्न विचारायला लागले. कुठून घेतलास, कशाला घेतलास, पैसे कुठून आले, इतका महाग ड्रेस घ्यायची काय गरज होती, वगैरे वगैरे. त्यांना त्यांचं समाधान होईल अशी उत्तरं देता देता माझी वाट लागली.'

'बस. मला एक सांग. तू सांगून का नाही टाकत आपल्याबद्दल त्यांना?'

'इतक्यातच?'

'काय हरकत आहे? अजून दोन वर्षांनी, म्हणजे खरं तर दीडच वर्ष, तू ग्रॅज्युएट होशील. मला चांगली नोकरी लागली आहे. शिवाय घरचाही मी उत्तम आहे.'

'आत्ताच तर तुला नोकरी लागल्ये. तू अजूनही पुढे शिकणार आहेस. मलाही करिअर करायचं आहे. नाही रे, इतक्यात सांगून नाही चालणार. तुला माझे बाबा ठाऊक नाहीत.'

'बरं! राहू दे हा विषय बाजूला. उगीचच मूड खराब करून घ्यायचा नाही.'

मग दोघं कितीतरी वेळ नुसते हातात हात घालून बसून राहिले. थंडीचे दिवस! सूर्य कधीचाच उगवला होता, पण भुरकट होता. हळूहळू रहदारी वाढू लागली होती.

मॉर्निंग वॉकला आलेले बरेचसे लोक परतले होते. त्या टोकावरून उठून दोघं संथपणे चालत परतत होते. ऑफिसेस् चालू झाली होती आणि मुंबई पळू लागल्याची जाणीव दोघांनाही झाली. पण त्यांचा आज ह्या धावपळीशी काहीही संबंध नव्हता.

बाइकला किक बसली आणि ती संथ गतीने मरिन लाइन्सच्या गोलाईचा, समुद्राचा, लाटांचा खेळ बघत बघत जाऊ लागली. हँगिंग गार्डन लोचनाने आज पहिल्यांदाच बघितलं.

'तू मुंबईतलीच ना?'

'हो! पण आमचं कधी ह्या बाजूला येणं झालंच नाही.'

'आश्चर्य आहे.'

'त्यात आश्चर्य काय? सर्वसाधारण परिस्थिती आमची. आई-बाबा दोघं नोकरी करतात. आम्ही तीन भावंडं! मौज-मजा करायला पैसा हवा, वेळ हवा आणि एनर्जीही.'

'तू काळजी करू नकोस. आपलं लग्न झालं की मी सर्वांना फिरायला घेऊन जाईन. तुझे आई-बाबा, भावंडं, तू आणि मी! फक्त मुंबईत नाही तर मुंबई बाहेरही फिरवेन. माझ्याशी लग्न करशील ना?'

'खूप वेळ आहे ह्या सगळ्या गोष्टींना. अजून मला...'

'माहीत आहे, करिअर करायचं आहे! कर की! मी कुठे नाही म्हणतोय'

'तुझ्या घरी माझ्याबद्दल काहीच माहीत नाही अजून. आम्ही तुझ्या तुलनेत गरीब आहोत ललत!'

'त्याचा काय संबंध? माझ्या घरात अगदी मोकळं वातावरण आहे. मी अगदी बिंधास आहे. माझ्या मर्जीविरुद्ध कुणीही जाणार नाही.'

'हो. मला हे सर्व पटतं रे! पण...'

'आता पण कशाला?'

'ह्या धबधब्यासारख्या कोसळणाऱ्या सुखाची भीती वाटते.'

'वेडपट आहेस.'

'तुला असं काय आवडलं रे माझ्यातलं?'

'घ्या! हा प्रश्न तू आज एक वर्षानंतर विचारत्येस?'

'ह्या आधी आपण इतका वेळ, इतक्या शांततेत कधी भेटलोच नाही.'

'खरं आहे. मला तुझा साधेपणा आवडला. तुझं सौंदर्य आवडलं. ते शांत समईत जळणाऱ्या ज्योतीसारखं, अंगावर येणारं प्रखर असं नाहीये. ते आवडलं.

'तुला मी, तू कॉलेजमध्ये आल्यापासून बघत होतो. तीन-चार महिने तुझं वागणं-चालणं बघितलं. मनाने खात्री दिली. हीच! आता तू सांग, तुला माझ्यातलं काय आवडलं?'

'तुझं नाव! ललत हा माझा आवडता राग! ते सूर मला बेभान करतात. शास्त्रीय संगीतातलं फारसं काही कळत नसतानाही ललत रागाचे सूर मला जखडून ठेवतात.'

'आई-बाबांना धन्यवाद द्यायला हवेत माझ्या!'

'नावानंतर जाणवलं तुझं रूप, मग आधी माहीत असलेली, कानांवर आलेली तुझी वाहवा! मला कधीच वाटलं नव्हतं की तू मला कधी काळी प्रपोज करशील!'

'का?'

'कारण मी तुला कायम मुलींच्या घोळक्यात बघितलं होतं. मिनी-मिडीज् घालणाऱ्या, मॉड – सुंदर दिसणाऱ्या! त्यात मी फिट बसणं शक्यच नव्हतं.'

'ते तर केवळ मी कॉलेजचा एक उत्तम प्लेअर होतो म्हणून – '

'काहीही असो. माझी तशीच भावना होती तेव्हा आणि आज, आज आपण एकत्र आहोत, विश्वास बसत नाही.'

'मॅडम चलायचं? पिक्चरची वेळ होत आली. त्याआधी जेवण!'

'हो. निघू या.'

'पण तू माझ्या प्रश्नाचं उत्तर दिलं नाहीस. माझ्याशी लग्न करशील?'

'का? आता उशीर होत नाहीये?

'हस, हस. पण मला आज उत्तर हवंच.'

लोचनाला ललतच्या अधीरतेची गंमत वाटली. त्याला झुलवण्यात तिला मजा वाटत होती. जेवण झालं. सिनेमाही बघून झाला. दिवस संपत आला.

सातच्या आत घरी पोचायलाच हवं होतं म्हणून लोचनाची घाई चालू होती. मेट्रो ते जोगेश्वरी! बाइक धावत होती. ट्रॅफिक जबरदस्त होता. ललत फट मिळेल तिथून दोन गाड्यांमधून बाइक शिताफीने काढत होता.

नुकताच बघितलेला पिक्चर डोक्यात फेर धरून होता. हिरो-हिरॉइन दोघांचा विरह, आई-वडिलांचा विरोध आणि शेवटी प्रेमासाठी एकाने आत्महत्या करणं. टिपिकल हिंदी चित्रपट. तरीही फार प्रभावी!

मनात, डोक्यात घुमत राहणारं पिक्चर आणि त्याच प्रभावाखाली लोचनाने विचारलेला प्रश्न –

'असं कधी आपल्या आयुष्यात झालं तर?'

लोचनाच्या ह्या प्रश्नावर ललत चिडला.

'काय वाट्टेल ते विचारत्येस? सिनेमा आणि प्रत्यक्ष आयुष्य ह्यात फरक असतो.'

'तरी. समजा असं काही...'

'आता गप्प बसतेस का?'

लोचनाला ललतचं चिडणं आवडलं. तिला हीच प्रतिक्रिया अपेक्षित होती. ती मनोमन आनंदली. पण त्याला चिडवण्याची तिला हुक्की आली.

'ललत, ए ललत – त्या सिनेमात –'

'झक मारली, तुला पिक्चरला नेऊन. आत्ताच्या आत्ता मला सांग. माझ्याशी लग्न करतेस?'

'आत्ता कसं सांगू? आणि ही काय पद्धत? लग्न म्हणजे खेळ वाटला? असं विचारतात?'

'लोचना, मला उत्तर हवंय.'

'नाही करणार.'

'काय?'

'नाही करणार!'

'तुला मी आता शेवटचं विचारतोय.'

'नाही तर काय करशील?'

ललतने हायवेवर बाइक एका साइडला पार्क केली. हेल्मेट काढलं. थेट लोचनाच्या डोळ्यांत बघत विचारलं. त्याचा तो गंभीर चेहरा बघून लोचनाला अजूनच हसू यायला लागलं. वेडा कुठला!

'नाही तर काय करेन? जीव देईन.'

'ह्यँः'

'बघच!'

आणि काय घडतंय, तो काय करतोय, हे समजण्याअगोदर तो हायवेवर रस्त्याच्या मधोमध जाऊन उभा राहिला न् वेगाने येणाऱ्या ट्रकने त्याला थाडकन् उडवून लावलं. ट्रकवाला घाबरला असणार. ड्रायव्हरने एकदा मागे वळून पाहिलं असेल-नसेल. ट्रक सुसाट रस्ता मिळेल तसा धावू लागला. लोचना फक्त बधिर झाली होती. ट्रकने उडवलेला ललत तिच्या पायाशी येऊन पडला होता.

लोचनाचे आई-बाबा, ललतचे आई-बाबा, लोचना सगळे जण हॉस्पिटलमध्ये! काळजीत. दोघांचे आई-बाबा एकमेकांना परके. काय बोलायचं, काय करायचं? अव्याहत रडणाऱ्या लोचनाकडे कुणीही बघत नव्हतं. हे अचानक काय झालं? पोलीस? लोचना थरथरायला लागली. प्रश्नांचा भडिमार सुरू झाला. ही पोलीस केस – ते आरोप, ते प्रश्न आणि प्रश्न! काय उत्तर देणार? साधी दिसणारी आणि खरंच साधी असणारी लोचना ह्या क्षणी प्रत्यक्ष तिच्या आई-वडिलांच्या नजरेतही गुन्हेगार ठरली. सर्व तपास करून झाला आणि रात्री उशिरा लोचनाची त्या प्रश्नांच्या सरबत्तीतून सुटका झाली. तिला खरंतर तिथेच थांबायचं होतं. ललत शुद्धीवर येईपर्यंत तरी. पण त्याच्या आई-वडिलांना ती डोळ्यांसमोरही नको होती.

भेलकांडलेल्या अवस्थेतच तिला जबरदस्तीने घरी नेण्यात आलं. क्षणात तिचं आयुष्य बदलून गेलं. ललत शुद्धीत आल्यानंतर काय जबानी देतोय ह्यावर तिच्या आई-बाबांचं लक्ष लागून राहिलं. ते त्याच काळजीत उभी रात्र झोपू शकले नाहीत.

कुणालाही अन्नाची, भुकेची, तहानेची शुद्ध नव्हती.

लोचना एका कोपऱ्यात पाय मुडपून बसून होती. तिला कुणीतरी हवं होतं. जवळ घेणारं, समजवणारं, धीर देणारं. कुणीतरी – आई? नाही. तिचाच धीर खचला होता. बाबा? ते तर तिच्याकडून फसवले गेले होते. कष्टी झाले होते. ललत? तो झुंज देतोय, मृत्यूशी! ललत, तुला एवढंही कळलं नाही? अरे, तुझ्याशिवाय मी दुसऱ्या कुणाशी लग्न करणं शक्य तरी आहे का? साधी मस्करी कळू नये? का मी ताणलं एवढं? का नाही लगेचच होकार दिला? पण मी प्रेम केलं ते काय नुसतं भटकण्यासाठी? हा एवढा महाग ड्रेस मिळवण्यासाठी? कामतमध्ये इडली खायला मिळावी म्हणून? हँगिंग गार्डनला जाता यावं म्हणून? महागड्या हॉटेलमध्ये जेवायला मिळावं म्हणून की मेट्रोसारख्या थिएटरमध्ये पिक्चर बघता यावा म्हणून? ललत, तू हे काय केलंस?

सकाळ होताच लोचनाने हॉस्पिटल गाठलं. ललतचे आई-बाबा. त्यांना समोर बघून तिच्या पायातलं त्राणच गेलं. ती कशीबशी त्यांच्यापर्यंत पोचली आणि त्यांच्या पायांवर पडली. 'मला माफ करा, मला माफ करा. मी चुकले.' त्यांनी तिला उठवलं. आधार दिला. ललतच्या आईने तिला जवळ घेतलं. थोपटलं. हाच, हाच आधार हवा होता. संपूर्ण रात्र ती ह्या आधारासाठी आसुसलेली होती. तिच्या आईने तिला जवळ नाही घेतलं, ह्या आईने जवळ घेतलं.

'ललत शुद्धीवर आला? कसा आहे तो? डॉक्टर काय म्हणाले? मी त्याला बघू शकते का?'

'पोरी, तू आता घरी जा.' ललतचे बाबा म्हणाले.

'पण...'

'काहीही विचारू नकोस. तू लगेचच घरी जा आणि जमलं तर काही दिवस मुंबईबाहेर जा.'

'का? ललत?'

'तो काही काळ शुद्धीत आला होता, पण पूर्ण शुद्ध म्हणता येणार नाही. त्यातही पोलीस जबानी घेत होते. प्रश्न विचारत होते. तो सारखा एकच प्रश्न विचारत होता. 'माझ्याशी लग्न करशील? नाही? तर बघ मी काय करतो ते.' त्याने तुझ्या नावाचाही दोन-चारदा उच्चार केला. पण मला खात्री आहे. हे त्याने अर्धवट शुद्धीतच सांगितलं असणार. तो तुला चुकूनही ह्यात त्रास व्हावा म्हणून हे बोलला नसणार. पण पोलीस आणि त्यांची ड्यूटी! तू काही काळ कुठेतरी निघून जा. इथे तर अजिबातच येऊ नकोस. मला तुझा नंबर देऊन ठेव. मी ललतच्या प्रकृतीतली सुधारणा तुला कळवत राहीन. तू जा आता.'

लोचना बाहेर पडली. 'तू जा आता!' जाऊ? कुठे जाऊ? काय करू? ललत. ललत ये रे पुन्हा. नाही राहावत मला. 'काही काळ कुठेतरी जा, म्हणजे? पोलीस? मला भीती वाटत्ये रे ललत! तू परत ये. मला लग्न करायचं आहे. तुझ्याशीच रे! ये ना!'

लोचना चालतच राहिली. मध्येच तिला कुणीतरी अडवलं. निशा? हो. ही निशाच.

'लक्ष कुठे आहे बाईसाहेब? आणि काय झालंय तुला? बरं नाहीये?'

'निशा, मला कुठेतरी घेऊन चल.'

'काय झालंय?'

'सांगते, पण – '

'चल.'

निशाने तिच्या घराचा दरवाजा लॅचकीने उघडला. लोचनाला तिने थंड पाणी प्यायला दिलं. लोचना थोडी स्थिरावली. निशाने सर्व काही जाणून घेतलं आणि ती स्वत: स्तंभित झाली. लोचना सारखं एकच सांगत होती, 'ललतला काही झालं तर मी जगूच शकणार नाही. तो मला हवाय. अपंग झाला तो, तरीही चालेल, मी त्याची आयुष्यभर काळजी घेईन, पण तो जिवंत राहू दे.'

ललत जगला नाही. तो मृत्यू पावला आणि लोचनाला जगणं असह्य होऊ लागलं. क्षण-क्षण जड जात होता. तिचा आवडता ललत – ललत राग कायमचा मुका झाला. दोन दिवस ती घराबाहेर पडली नाही. दार वाजलं की तिच्या छातीत धडधडायचं – पोलीस? पोलीस आलेत का मला पकडायला? ललतच्या मृत्यूस मीच जबाबदार आहे. त्याने तशी जबानीही दिली असणार. तिने शेवटी मनाशी एक निर्णय घेतला.

आई-बाबांना सांगून कॉलेजच्या नावाखाली ती बाहेर पडली. वाटेत अचानक तिला निशा भेटली. दोघींनी ट्रेन पकडली. लोचनाला ह्या क्षणी काय वाटत असेल? ललत गेल्याची बातमी कॉलेजमध्ये वाऱ्यासारखी पसरली आणि अख्खं कॉलेज हळहळलं. आणि आज लोचना कॉलेजला येत्ये. सर्व मुलांची काय रिॲक्शन होईल? हिला टोमणे मारतील, खुनी ठरवतील – पण ही आत्ता किती शांत दिसत्ये. वाऱ्यावर भुरभुरणारे तिचे हे केस, तिची शांत नजर, हा तिचा नवाच दिसतोय – सुरेखसा पंजाबी ड्रेस. गाडी वेगात होती आणि त्याच वेगात निशाचे विचारही आणि तिला जाणवलं, ट्रेनच्या दाराजवळच्या मधल्या बारला

धरलेला लोचनाचा हात – तो हात बार सोडून देतोय, लोचना कलंडत्ये, बाहेर फेकली जात्ये आणि तिने लोचनाचा बार सोडणारा हात धरला. पुढे वाकली, तिला वर खेचून घेण्यासाठी.

बायकांनी साखळी खेचली. गाडी थांबली. काय झालं, हे बघायला माणसांच्या पटापट उड्या पडल्या. हीऽऽ गर्दी झाली. मोटरमनने वांद्रा स्टेशनवर संपर्क साधला. मागोमाग येणारी गाडी थांबवण्यात आली. पोलीस आले. दोन मुलींचे जखमी देह रुळांमध्ये अडकलेले, रक्ताळलेले मोठ्या शर्थीने बाहेर काढले गेले. ॲब्युलन्सचा सायरन केकाटत हजर झाला. लोकांना पांगवून त्या दोन जखमी, रक्ताळलेल्या देहांना ॲब्युलन्समध्ये घालण्यात आलं. हॉस्पिटलमध्ये पोहोचेपर्यंत एक जखमी देह मरण पावला होता.

दहा दिवसांनी लोचनाला शुद्ध आली.'

वेताळाने कथा संपवली. त्याने नित्यनेमाने विचारला जाणारा प्रश्न राजा विक्रमादित्याला विचारला –

'राजा, ह्या कथेबद्दल तुला काय सांगायचं आहे? जिवंत राहिलेल्या लोचनाचं पुढे काय होईल? ही आजची तरुण प्रजा कसा आणि काय विचार करत्ये? कुठल्या प्रभावाखाली ही प्रजा जगते, वावरते? कोण कारणीभूत आहे अशा घटनांना? तुला जर उत्तर माहीत असूनही तू मौन राखलंस तर तुझ्या डोक्याची सहस्त्र शकलं होतील.'

राजा विक्रमादित्याने हंबरडा फोडला.

'नाही. वेताळा नाही. मला ह्या अशा घटना ऐकवत नाहीत. माझ्यापाशी तुझ्या एकाही प्रश्नाचं उत्तर नाही. ह्या तरुण प्रजेचं मानसिकता मी ओळखू शकत नाही. आज युगानुयुगं मी तुझ्या प्रश्नांना उत्तर देत आलो. दरवेळेस तू मला माझं मौन तोडायला भाग पाडलंस. पण आज उत्तर नाही माझ्यापाशी. मी हरलो – मी हरलो रे वेताळा! कर माझ्या डोक्याची सहस्त्र शकलं. मी हूं का चूं करणार नाही. पण मला ह्या वेदनांतून मुक्तता दे. नकोत मला तुझ्या ह्या सत्यकथा. मला श्रवण करण्यास त्रास होतोय. मी अचानक थकलोय. आजपर्यंत कधीही ह्या स्मशानापर्यंत मी पोहोचलो नाही. पण आज स्मशान माझ्या समोर आहे. हे प्रेत आता जळणार. तू दुसरा निवारा शोध. माझा हट्ट, माझी जिद्द संपली. मी हरलो – मी हरलो...'

प्रेत जाळलं गेलं. वेताळाने प्रेताचा ताबा सोडला आणि त्याने जिवंत राजा विक्रमादित्याचं मानगूट धरलं. हा वेताळ आता अनेक प्रश्न घेऊन प्रत्येक मनुष्याच्या मानगुटीवर विराजमान झाला आहे. प्रश्न, समस्या वाढत जात आहेत आणि वेताळ हर रूपात मानवांच्या मानगुटीवर नंगा नाच करतो आहे.

◆